The Secret

नायक

The Secret®

नायक

रॉन्डा बर्न

MANJUL
मंजुल पब्लिशिंग हाउस

First published in India by

MANJUL

Manjul Publishing House

• C-16, Sector 3, Noida, Uttar Pradesh 201301, India

Website: www.manjulindia.com

Registered Office:

•2nd Floor, Usha Preet Complex, 42 Malviya Nagar, Bhopal 462 003 - India

Distribution Centres

Ahmedabad, Bengaluru, Bhopal, Kolkata, Chennai,
Hyderabad, Mumbai, New Delhi, Pune

This edition first published in 2015
Third impression 2024

Hero by Rhonda Byrne

ISBN 978-81-8322-507-6

Translation by Dr. Hemangi Jambhekar

Artwork concept and art direction by Nic George for Making Good LLC.
Book layout and design by Gozer Media P/L (Australia), www.gozer.com.au, directed by Making Good LLC.

Printed and bound in India by Thomson Press (India) Ltd.

''ह्या भूतलावरचं आपलं ईप्सित साध्य झालं की नाही हे ठरवायची एक कसोटी आहे. जर तुम्ही जिवंत असाल, तर ते साध्य झाले नाही.''

रिचर्ड बाख

इल्युजन्स्

प्रत्येक 'नायकाला' समर्पित

कृतज्ञता

प्रत्येक नवीन प्रकल्प एका नव्या कल्पनेच्या बीजातून निर्माण होतो व त्याची पूर्तता होईपर्यंत तो आपला स्वत:चा एक विशिष्ट मार्ग चोखाळतो. या प्रवासातील थरार मला फार आवडतो, त्यातील वळणे, आश्चर्यचकित करणाऱ्या, उत्कंठा वाढविणाऱ्या घटना, घडून येणारे बदल हे सगळे मला फार आवडते. या सगळ्यापेक्षाही जेव्हा या प्रवासाकडे मी मागे वळून बघते, त्या वेळी हा प्रकल्प पूर्ण होण्यासाठी ज्या ज्या अद्वितीय माणसांचा हातभार लागला, ज्यांनी महत्त्वपूर्ण भूमिका बजावली त्यांच्यापुढे मी विनम्र होते. *'हिरो'* या पुस्तकाचा प्रवास सुरुवातीपासून शेवटपर्यंत आनंददायी होता, हे पुस्तक तयार होण्यामध्ये ज्या असामान्य व्यक्तींचा महत्त्वपूर्ण सहभाग होता, ज्यांच्यामुळे हे पुस्तक तुमच्या हातात देता आले, त्यांची मी कृतज्ञ आहे. त्या व्यक्ती खालीलप्रमाणे आहेत.

सर्व जगभरातून आपल्याला प्रेरणा देणाऱ्या व आपल्या अनुभवातून इतरांचे आयुष्य उंचावणाऱ्या अशा या व्यक्तींनी *'हिरो'* संपन्न केले. त्यांच्याबद्दल प्रचंड आदर आहे. ज्यांच्याबरोबर काम करायची मला संधी मिळाली, ह्यांच्यामध्ये लिझ मरे, पीटर फोयो, जॉन पॉल डेजोरिया, ॲनास्टाशिया सोर, मायकेल ॲक्टन स्मिथ, पीटर बरवॉश, मास्टिन किप, जी. एम्. राव, पीट कॅरोल, लेर्ड हॅमिल्टन, लेन बीचले, पॉल ऑरफेलिया यांचा समावेश आहे. ज्या वेळी *'हिरो'* मध्ये फक्त बीज अवस्थेत होतं तेव्हा त्याचा आवाका आणि सुप्त शक्ती ओळखून माझ्यावर विश्वास टाकल्याबद्दल, मला तुमचा अमूल्य वेळ अजिबात अवमान न करता दिल्याबद्दल आभारी आहे तुमची.

योगदान देणाऱ्यांच्या नायकांच्या अमूल्य मदतीबद्दल त्यांना धन्यवाद. योगदान देणाऱ्यांच्या धर्मादाय उपक्रमांसाठी व संस्थांसाठी काम करणारी विलक्षण माणसं; *'हीरो'* त सहभागी झाल्याबद्दल आणि तुमचे महान कार्य लोकांसमोर आणायची अनुमती दिल्याबद्दल तुम्हाला धन्यवाद. मायरा अलेजांड्रा गार्शिया, ल्युका कार्प, भुवना चक्रवर्ती, जेम डावर्न, मेगन मॅकग्राथ आणि तमारा अझर यांना विशेष धन्यवाद.

सिक्रेटचे संघसदस्य स्काय बर्न आणि पॉल हॅरिंग्टन यांनी *'हिरो'* चा आराखडा बनवताना माझ्या बरोबरीने काम केले. योगदान देणाऱ्यांचे शब्द एकत्र करण्याचे प्रचंड काम त्यांनी केले, आणि या सर्वांमध्ये मनापासून भर घालत राहिले. याशिवाय खोल समजूत आणि माझ्या लिखाणाचं उत्तम संपादन केल्याबद्दल स्कायचे विशेष आभार. तिच्या संपादनाखेरीज *'हिरो'* या स्वरूपात येऊ शकलं नसतं.

'हिरो' चे प्रकल्प व्यवस्थापन करणारी ग्लेंडा बेल, जिने या योगदान करणाऱ्यांना *'हिरो'* पर्यंत आणलं एवढंच नव्हे तर मुलाखतींचं वेळापत्रक सांभाळलं आणि योगदात्यांना *'हिरो'* पर्यंत आणण्याचे काम ग्लेंडाच्या खांद्याला खांदा लावून करणारी अँड्रिआ केइर. धन्यवाद.

'द सिक्रेट'च्या प्रकाशनाची प्रमुख जॅन चाइल्ड. तुझं प्रोत्साहन, उत्साह आणि *'हिरो'* जुळवून आणण्याचं अथक काम – चित्रं, प्रतिमा आणि जगभरातील सर्जनशील संघांना वेबसाईट संघांमध्ये एकत्र गुंफणं.

'द सिक्रेट'चा क्रिएटिव्ह डायरेक्टर निक जॉर्ज. *'हिरो'* साठीची तुझी अप्रतिम रेखाटनं आणि मूलभूत काम आणि तुझ्या चित्रांना साजेसं लिखाण माझ्या हातून व्हावं यासाठी मला प्रेरित करत राहाण्यासाठी धन्यवाद. तसेच गोझर मीडियामधील शामुस होरे आणि ॲना बाईस यांच्या ग्राफिक टीमला, तुमच्या समर्पणवृत्तीला आणि प्रतिभेला पुनश्च धन्यवाद.

मला, माझ्या पुस्तकांना आणि 'द सिक्रेट'ला पाठिंबा देणाऱ्या ॲट्रिया बुक्स आणि सायमन अँड शूस्टरमधील माझा प्रकाशक संघ – कॅरोलिन रीडी, ज्युडिथ कर, डेनिस युलू, डार्लिन डेलिलो, मार्गदर्शनासाठी माझी संपादक सारा ब्रॅनहॅम, लिसा किम, एलीन अहीर्न, पॉल ओल्सेवस्की, जिम थेईल, डॅनिएल वेल्स्लर तसेच कॉपीएडिटर इसोल्डे सौअर आणि किंबर्ली गोल्डस्टेइन यांना धन्यवाद.

'द सिक्रेट'मधील माझ्या संघाबरोबर रोज काम करता येते हे माझे भाग्य आहे : डोनाल्ड झिक, लोरी शारापोव्ह, मार्क ओ'कॉनर, जोरा गोल्ड. माझे वैयक्तिक सहाय्यक जिल नेल्सन, कोरी योहानसिंग, पीटर बर्न, चाए ली आणि मार्सी कोल्टन-क्रिली.

ग्रीनबर्ग ग्लस्करमधील माझा कायदेतज्ज्ञ संघ : बोनी युस्केनाझी आणि आरोन मोस. मंगर टोलेसमधील ब्रड ब्रायन. आणि आमची जनसंपर्क कंपनी एडलेमानमधील लॉरा रीव्ह आणि संघाचे धन्यवाद.

माझे प्रिय मित्र व कुटुंबीय, जे माझ्या पाठीशी आहेत आणि माझ्या कामात मला प्रेरणा देतात आणि त्यांच्या माझ्या जीवनात असण्याचा मला अपार आनंद आहे. तुम्हाला धन्यवाद. आणि माझे पालक. तुम्ही सर्वोत्तमच आहात.

माझी मुलगी हेली, या भौतिक जगाला असलेल्या माहिती पलीकडे जाऊन उत्तरे शोधायला ती मला शिकवते, तसेच उत्तम निर्मितीसाठी सॅवाना बर्न-क्रोनिन. मला प्रेम आणि पाठिंबा दिल्याबद्दल केविन 'किड' मॅककेमी, सुंदरशी ओकू डेन, पॉल क्रोनिन आणि अँजेल मार्टिन वेलायोसला त्याच्या सततच्या आत्मिक मार्गदर्शनाबद्दल, धन्यवाद.

आणि शेवटी, एका संध्याकाळी *'हिरो'* ची कल्पना माझ्या मनात प्रकाशली, त्यामुळे या विश्वाप्रती माझी सखोल कृतज्ञता आणि या विशेष प्रकल्पाची प्रेरणा मला दिल्याबद्दल माझी कृतज्ञता, तसेच या पृथ्वीतलावरच्या प्रत्येक निर्मितीपर्यंतच्या प्रवासातील प्रत्येक पावलावर मला मार्गदर्शन केल्याबद्दल या विश्वाच्या मानसाप्रती माझी मन:पूर्वक कृतज्ञता.

अनुक्रमणिका

प्रस्तावना

हे पुस्तक एका कहाणीविषयी आहे. ह्या कहाणीने माझे आयुष्य बदलून गेले. इतिहासातील अनेक जणांची आयुष्ये या कहाणीने बदलली. अगदी आदी काळापासून ही गोष्ट सांगितली जात आहे. प्रत्येक संस्कृतीत, प्रत्येक देशात ती वेगळ्या स्वरूपात अस्तित्वात आहे, पण गोष्टीचा मथितार्थ मात्र एकच आहे. धाडसाने पृथ्वी प्रदक्षिणा करणाऱ्या नायकाची ही कहाणी आहे.

या पृथ्वीचा रंगमंच अत्यंत सुंदर आहे – मोठे सागर, उंच पर्वत, जंगले, अप्रतिम सुंदर किनारे, विस्तीर्ण मैदाने, सर्व प्रकारचे प्राणी व जीव यांनी ही पृथ्वी भरलेली आहे. ह्या सगळ्या नैसर्गिक सौंदर्याबरोबरच इथे राहणाऱ्या मानवांच्या अनुभवास येणारा आनंदही इथे भरून राहिला आहे. पण या नायकाला कळते की, मनुष्य प्राण्यांसाठी पृथ्वीवरचे जीवन आव्हानात्मक आहे. लहानपणापासून कुमार वय, तारुण्य, म्हातारपण इथपर्यंत होणारी वाढ दुःखदायक आहे. शारीरिक यातना, गरिबी, दुःख व मृत्यूच्या घटना यामुळे हे जीवन दुःखदायक बनते.

या पृथ्वीवर आनंद व यातना दोन्हीचा अनुभव येतो. कारण या सुंदर जगतात द्वैताचा, अनेक विरुद्ध गोष्टींचा अनुभव येतो. प्रत्येक गोष्टीची विरुद्ध बाजू येथे आहे. येथे प्रकाश आहे नि अंधारही आहे. जवळ व दूर, खाली-वर, डावे-उजवे, गरम-गार अशा एकमेकांच्या विरुद्ध गोष्टी जीवनाच्या प्रत्येक टप्प्यावर अनुभवाला येतात. मित्र-शत्रू, प्रेमात पडणे व प्रेमभंग होणे, सुरक्षितता नि अनिश्चितता, श्रीमंती नि गरिबी, आनंद व निराशा हे आहेतच पण प्रत्येक मानवात सद्‌गुण आणि दुर्गुण आहेत. या पृथ्वीवर प्रत्येक गोष्टीला विरुद्ध गोष्ट आहे.

याच जगात प्रचंड आनंद, प्रेम, आव्हाने यांच्यासह प्रचंड यातना सहन करण्यासाठी येण्याची तुम्हाला इच्छा होती. या सुंदर व आव्हानात्मक जागेतील आव्हाने पेलण्यासाठी व अनुभवण्यासाठी तुम्हाला इथे यायचं होतं. तुमच्यातील 'नायका'चा शोध घेण्यापासून तुम्हाला कोणीही रोखू शकणार नाही व यात काही अडचण ही येणार नाही. अशी तुमचीच प्रबळ इच्छा होती. या 'नायका'चा प्रवास सुरू करण्याची तुमचीच इच्छा आहे - कारण 'तुम्ही'च या गोष्टीचा नायक आहात.

ज्या वेळी हा 'नायका'चा प्रवास तुम्ही सुरू करता तेव्हा तुम्ही सर्व साधनांनी संपन्न आहात, अत्यंत शक्तिमान अशा क्षमतांनी तुम्ही जन्माला आलेले आहात, तुमचे स्वप्न प्रत्यक्षात आणण्यासाठी व त्यातील अडथळे, आव्हाने इ. पार करण्यासाठी तुमच्यामध्ये प्रचंड क्षमता आहेत. पण मर्यादित साधनांनी बनलेल्या या पृथ्वीवर तुम्ही जन्माला आल्याने तुमचे मन व चित्त हेही मर्यादित बनले आहे. याचमुळे तुम्हाला तुमच्या मूळ स्वभावाची, प्रचंड क्षमतांची स्मृती राहिलेली नाही. तुम्हालाच याचा शोध घ्यावा लागणार आहे.

'नायका'चा प्रवास पूर्ण करून व त्यासाठी तुमच्यातील मनुष्यत्वाची वैशिष्ट्ये अधिकात अधिक उंचीवर नेल्यानं तुम्ही शेवटी 'नायक' बनू शकता. मग तुमच्या अंत:करणात एक नवे उद्दिष्ट जन्म घेईल – जे नव्याने 'नायक' होण्यासाठी प्रवास सुरू करणार आहेत, त्यांना सर्वार्थाने मदत करण्यासाठी तुम्ही पुन्हा सरसावाल.

या पुस्तकात तुम्ही ज्यांना भेटणार आहात त्यांनी या आधीच 'नायका'चा प्रवास पूर्ण केला आहे. त्यांच्या कथा सांगण्यासाठी, तुमच्या स्वत:च्या 'नायका'च्या प्रवासासाठी त्यांच्या अनुभवाची शिदोरी घेऊन सर्व जगातून ते एकत्र आले आहेत.

लिझ मरे – युनायटेड स्टेटस् ऑफ अमेरिका

लिझ मरेचा जन्म व्यसनी मातापित्यांच्या पोटी झाला व न्यूयॉर्क शहरात ती गरिबीत वाढली. ती कुमारवयाची असताना आईचा मृत्यू झाला व वडील व्यसनमुक्तीगृहात गेले तसे तिच्या डोक्यावरचे छप्परच हरविले. तिची धड शाळाही पूर्ण झाली नाही. रस्त्यावर ती झोपायची. जगण्यासाठी चोऱ्या करायची. पण याच वेळी तिच्या मनाने एका स्वप्नाचा ध्यास घेतला – हार्वर्ड विद्यापीठात जाण्याचा. चार वर्षांनंतर तिने तिचे स्वप्न पूर्ण केले. तिने तिचे अनुभव शब्दबद्ध केले. आज ती सर्वाधिक खपाच्या पुस्तकाची लेखिका आणि जागतिक स्तरावर लोकप्रिय असणारी प्रेरणादायी वक्ता बनली आहे.

जी. एम्. राव – भारत

ज्या गावात वीज व फोन नव्हते अशा भारतातील एका छोट्या गावात जी. एम्. राव मोठे झाले. गरजेच्या वस्तू घेण्यासाठी गावकऱ्यांना रांगेत उभे राहावे लागायचे. शाळेत नापास होऊनही श्री. रावांना धंदा करायची इच्छा होती. छोटा व्यवसाय व उत्तम घर हे त्यांचे स्वप्न होते. आलेल्या संधींना श्री. राव अत्यंत खुलेपणाने सामोरे गेले. ताग गिरणीच्या सुरुवातीच्या धंद्यातून त्यांनी त्यांच्या उद्योगाचे मोठे बस्तान बसविले. आता या छोट्या धंद्याचे वीजनिर्मिती, महामार्ग व विमानतळ बांधणाऱ्या व शहर विकासकाच्या मोठ्या धंद्यात रूपांतर झाले.

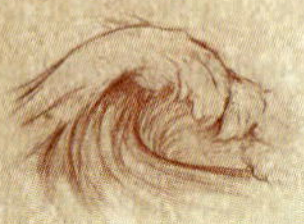

लेर्ड हॅमिल्टन – युनायटेड स्टेटस् ऑफ अमेरिका

लेर्ड हॅमिल्टन एका उद्ध्वस्त कुटुंबात, हवाईमध्ये वाढला. आपल्यावर अन्याय झाला आहे आणि आपल्याला बाजूला टाकले आहे, आपल्याला लवकर मोठे व्हावे लागणार आहे, या जाणीवेने त्याने स्वत:ला समुद्रात लाटेवर खेळणारा – सर्फर – म्हणून सिद्ध करायचे ठरविले. अजूनपर्यंत कोणीही सर्फिंग केले नाही अशा ठिकाणी सर्फिंग करायचे त्याने ठरविले. त्याच्या पाण्यातील व पाण्याबाहेरच्या धाडसी कृत्यांनी त्याला अनेक ठिकाणी जखमा झाल्या, त्याची हाडे मोडली, अनेक वेळा तो समुद्रात हरवला तरीही लेर्ड हॅमिल्टनने स्वत:चे स्वप्न प्रत्यक्षात आणले. सर्व मर्यादा तो ओलांडत राहिला आणि आज तो जगातील सर्वोत्तम ‘सर्फर’ ठरला आहे.

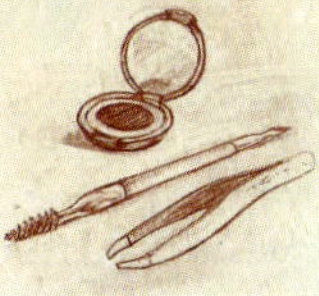

ॲनास्टाशिया सोर – रूमानिया

कोल्ड वॉरच्या ऐन भरात ॲनास्टाशिया सोर व तिचे कुटुंब, चांगले आयुष्य जगण्यासाठी कम्युनिस्ट रूमानियामधून स्थलांतरित झाले लॉस एंजेलिसला. लॉस एंजेलिस मधे ती आली त्या वेळी त्यांच्याकडे पैसेही नव्हते, त्यांना इंग्लिश बोलता येत नव्हते. एका ब्युटीसलूनमध्ये ती १४ तास काम करीत होती. तेव्हा तिच्या लक्षात आलं की ती आता जे करीत आहे त्यात बदल केल्याशिवाय तिचे आयुष्य बदलणार नाही. तेव्हा तिने स्वत:चा तोही बेवर्ली हिल्समध्ये उद्योग करायचे ठरविले. या धंद्यात तिला लगेच यश मिळाले. भुवया कोरण्याच्या कामातली सफाईमुळे तिला हे यश मिळाले. पुढे तिने या कलेचे रुपांतर राष्ट्रीय आणि आंतरराष्ट्रीय स्तरावरील साम्राज्यात केले.

पॉल ऑरफेलिया – युनायटेड स्टेटस् ऑफ अमेरिका

पॉल ऑरफेलियाची शाळेची सुरुवातीची वर्षे डिस्लेक्सिया व एडीएचडीशी फार झगडण्यात गेली. त्याला स्वत:ला वाचताही यायचे नाही, पण आयबीएमपेक्षाही मोठी कंपनी उभारण्याची त्याची महत्त्वाकांक्षा होती. वाचनात येणाऱ्या अडथळ्यांमुळे त्याने स्वत:ची निरीक्षणशक्ती आणखी सखोल करायचे ठरविले. स्वत:च्या या कौशल्यामुळे एके दिवशी रांगेत उभे असताना स्वस्त छपाई व छायामुद्रणाची गरज असल्याचे त्याच्या लक्षात आले. या एका कल्पनेतून 'किंको'चा जन्म झाला. पुढील काळात ही कंपनी लक्षावधी डॉलर्स कमावणारी फोटो कॉपिंग कंपनी झाली.

पीटर बरवॉश – कॅनडा

पीटर बरवॉश हा तरुण बर्फावरील हॉकीचा खेळाडू होता. पण खेळताना धडक बसल्याने तो बर्फावर पडला. त्याचे अंग

लुळे पडले. त्याने प्रतिज्ञा केली की त्याला तिथून हालता आलं तर तो हॉकी कायमची सोडून देईल. स्वतःचा शब्द त्याने खरा केला. तासाभरानंतर जेव्हा तो उठला, तेव्हा त्याने त्याची बॅग भरली व व्यावसायिक टेनिस खेळण्यासाठी तो बाहेर पडला. अगदी निष्णात टेनिसपटूंमध्ये त्याचे नाव घेतले गेले नाही, तरी पीटर टेनिसपटूंचा तो अत्युत्तम प्रशिक्षक झाला व जगातली सर्वात मोठी टेनिस व्यवस्थापनाची कंपनी त्याने उभी केली.

मस्टिन किप – युनायटेड स्टेटस् ऑफ अमेरिका

लॉस एंजेलिसमधील संगीत उद्योगातील सर्वात तरुण व्यवस्थापक म्हणून आख्खं जग मस्टिन किपच्या पायाशी होतं. पण ड्रग्ज् व दारूच्या व्यसनापायी त्याला आयुष्यात फार मोठा फटका बसला. त्याला नोकरीतून हाकलण्यात आलं. सर्व भौतिक सुखं हरविलेला पण 'शहाणा' झालेला मस्टिन स्वतःच्याच शोधात निघाला. *'द डेली लव्ह'* या नावाचे ट्विटर अकाऊंट त्याने सुरू केले. तो प्रेरणादायी स्तंभलेखक बनला. त्याची वेबसाइट, इ-मेल या माध्यमातून तो खूप मोठा लेखक झाला.

पीट कॅरॉल – युनायटेड स्टेटस् ऑफ अमेरिका

पीट कॅरॉलला आपल्या आयुष्यात फक्त खेळाडूच व्हायचे होते. व्यावसायिक खेळाडू होणे हे त्याचे स्वप्न होते. पण राष्ट्रीय फुटबॉल स्पर्धांमध्ये अपयश आल्यामुळे त्याचे हे स्वप्न भंगले. पुढे काय करावे हे त्याला सुचेना. त्याची हीच अवस्था बराच काळ राहिली. त्याने कधीही विचार केला नव्हता अशा पद्धतीने त्याचे स्वप्न सत्यात आले. पीट फुटबॉलचा कोच बनला.

प्रशिक्षकाच्या त्याच्या व्यवसायात बरेच यश-अपयश भरले होते. तरी अमेरिकन फुटबॉलच्या जगातील तो सर्वोत्कृष्ट प्रशिक्षक बनला. सिॲटल सी हॉक्सचा कोच म्हणून त्याला नुकतेच एन.एफ.सी. कोच ऑफ द इअर पुरस्काराने सन्मानित करण्यात आले.

मायकेल ॲक्टन स्मिथ – इंग्लंड

विद्यापीठातून पदवी मिळाल्यावर मायकेल ॲक्टन स्मिथला कुठेच नोकरी मिळाली नाही. त्याने व्यवसाय करायचे ठरविले. पण कुठल्याच बँकेने त्याला पैसे न दिल्याने, त्याच्या आईने त्याला १००० पौंडचे कर्ज दिले. अनेक व्यवसायात खोट आल्याने कर्जबाजारी होण्याच्या उंबरठ्यावर तो होता. पण मायकेलला आपली नवी कल्पना काही खास आहे, याबद्दल तिळमात्रही शंका नव्हती. खरोखरच मोशी मॉन्स्टर्सने इंग्लंड ढवळून टाकले व लहान मुलांच्या करमणुकीच्या खेळात अद्वितीय म्हणून जागतिक पातळीवर नाव कमावले.

लेन बीचले – ऑस्ट्रेलिया

लेन बीचले फक्त सात वर्षांची असताना तिच्या आईचा दुःखद मृत्यू झाला. तिला दत्तक घेतले होते हे ही तिला यानंतर लवकरच कळले. आपण पोरके झाल्याच्या, टाकून दिल्या गेल्याच्या भावनेला ती धाडसाने सामोरी गेली. जगाला उपयोगी पडू शकू असं बनण्याचे तिने ध्येय ठरविले. जगातील अव्वल सर्फर ती बनली. हे अव्वलतेसाठीचे पदक तिने एक नाही सात वेळा मिळविले, ती जगातील सर्वात उत्कृष्ट स्त्री सर्फर बनली.

जॉन पॉल डेजोरिया – युनायटेड स्टेटस् ऑफ अमेरिका

जॉन पॉल डेजोरिया व त्याच्या भावाने बालपणाची ४ १/२ वर्षे अनाथालयात काढली. कारण त्यांची आजारी आई एकाच वेळी नोकरी व त्यांचे संगोपन या गोष्टी करू शकत नव्हती. पूर्व लॉस एंजेलिस्च्या रस्त्यावरील मुलांच्या मवाली गँगमध्ये ते सामील झाले. जॉन पॉलच्या शिक्षिकेने असे भाकित केले, की तो आयुष्यात काहीही मिळवू शकणार नाही. जॉन पॉल विशीत असताना तो व त्याचा तान्हा मुलगा एका गाडीत राहात होते व जगण्यासाठी तो बाटल्या गोळा करण्याचे काम करीत होता. पण आपल्या आयुष्यात काहीतरी भव्यदिव्य करायचे त्याने ठरविले होते. सलग तीन वेळा हाकलून दिल्यानंतर जॉन पॉलने पॉल मिचेलशी भागीदारी केली. फक्त ७०० डॉलर्समध्ये केसांसाठीची उत्पादने तयार करणारी कंपनी त्यांनी सुरू केली. जॉन पॉल मिचेल सिस्टीम्स् वर्षाला १० दशलक्ष डॉलर्सपेक्षा जास्त कमाई करणारी कंपनी बनली.

पीटर फोयो – युनायटेड स्टेटस् ऑफ अमेरिका

अमेरिकेत स्थलांतर करून काबाडकष्ट करणाऱ्या कुटुंबातले मूल म्हणजे पीटर फोयो. अगदी लहानपणीच, शहरे सौरऊर्जेवर चालत आहेत व टेलिफोनच्या ऐवजी मोबाइल वापरत आहेत, अशा जगाची त्याने कल्पना केली होती. तरुणवयात त्याने स्वप्न बघितले की त्याचा उद्योग एवढा प्रचंड व यशस्वी असेल की लॅटिन अमेरिकेतील तो सर्वोत्कृष्ट व्यवस्थापक बनेल. कोणालाही वाटलं असतं की हे स्वप्न प्रत्यक्षात येणं अशक्य आहे. पण जेव्हा तो नेक्सटेल कम्युनिकेशन्स, मेक्सिकोचा अध्यक्ष बनला तेव्हा त्याचे स्वप्न खरे झाले. त्या वेळी तो अवघा ३३ वर्षांचा होता.

माझ्याविषयी सांगायचं, तर ऑस्ट्रेलियातील साधारण, कष्टकरी कुटुंबात माझा जन्म झाला. माझ्या सुरुवातीच्या आयुष्यात माझी काहीच महत्त्वाकांक्षा नव्हती, कारण मोठी स्वप्नं बघणं मला जमेल असं वाटत नव्हतं. पण २००४ मध्ये माझं आयुष्य पूर्ण बदललं. ज्या वेळी मला 'सिक्रेट' गवसलं - एका मोठ्या स्वप्नानं माझं अख्खं आयुष्य व्यापून टाकलं - हे 'सिक्रेट' सगळ्यांना सांगायचं हे ते स्वप्न - २००६ मध्ये *'सिक्रेट'* ही चित्रफीत व पुस्तक प्रकाशित झालं. त्यांनी जवळ जवळ सर्व जग व्यापलं, लाखो लोकांपर्यंत ते पोचलं.

मी जशी कधीकाळी होते तसे तुम्ही असाल आणि तुम्ही कुठलंही स्वप्न कधी पाहिलं नसेल, कारण असं काही घडू शकतं असा विचारच तुम्ही केला नसेल, तर खात्री बाळगा, की जो प्रवास तुम्ही आता सुरू करणार आहात त्या प्रवासात तुम्हाला तुमची स्वप्नं वास्तवात उतरवायला जे काही लागतं, ते मिळेल; स्वप्न कितीही अशक्यकोटीतील आहेत असं वाटलं तरी!

ही तुमची कथा आहे. हे तुमचे ध्येय आहे. याचसाठी तुम्ही या पृथ्वीतलावर आहात - 'नायका'च्या प्रवासासाठी व स्वत:तील 'नायका'चा शोध घेण्यासाठी अमूल्य जे ज्ञान तुम्हाला मिळणार आहे ते आणि तुमच्या शक्तिशाली क्षमता यांच्या योगे तुम्ही तुमचे स्वप्न साकार करू शकाल आणि प्रत्येक जण जो खरा आणि चिरंतन आनंद असोशीने शोधतो, तो मिळवू शकाल. आता तुमच्या आयुष्यात तुम्ही कोठे आहात, काय वयाचे आहात याचा काही संबंध नाही. तुमच्या स्वप्ना मागे धावण्यासाठी कधीच उशीर झालेला नाही. तुम्ही ते केव्हाही सुरू करू शकता.

भाग एक

स्वप्न

THE CALL

साहसाची हाक

अगदी प्रतिकूल परिस्थिती असतानाही

कोणीच पूर्णत्व घेऊन जन्माला येत नाही. जर तुम्ही पूर्णत्वास पोचलात तर तुम्हाला मिळविण्यासारखे काहीच नसेल आणि तुम्हाला तुमच्या आयुष्यात काहीच मिळविण्यासारखे नसेल. तुमची काहीच स्वप्नंही नसतील. तुम्ही कुठल्याही परिस्थितीत जन्म घेतलेला असो. कुठलीही कौटुंबिक परिस्थिती असो/नसो, शिक्षण असो/नसो. तुमचं स्वप्न पूर्ण करण्यासाठी तुम्ही येथे आलेले आहात, आणि आता तुम्ही कुठेही असा, तुम्हाला जे करायचे आहे, त्यासाठी तुम्ही सुसज्ज आहात.

ॲनास्टाशिया सोर

ॲनास्टाशिया बीव्हर्ली हिल्सची संस्थापिका

मी शून्यातून सुरुवात केली. मी खरोखरच हातात काहीही नसताना सुरुवात केली. आमच्याकडे पैसे नव्हते. मला भाषा येत नव्हती. पाश्चिमात्य जगतातील काम करण्याची पद्धत मला माहिती नव्हती. त्यांची मानसिकता, त्यांच्या आर्थिक व्यवहारांची काहीच माहिती नव्हती. अगदी धनादेश कसा लिहायचा याचीही

माहिती नव्हती, कारण रूमानियात धनादेशाची पद्धतच नाही. मी खरोखरच 'गमभन'पासून सुरुवात केली.

पॉल ऑरफेलिया

'किंको'चा संस्थापक

सर्वसाधारणपणे मुले दुसऱ्या इयत्तेत नापास होत नाहीत. पण मी झालो. मला अक्षरंही काढता येत नव्हती, का वाचता येत नव्हती. मी सतत दंगा करायचो. माझं माझ्यावर नियंत्रण नव्हतं. माझ्यात खूप उत्स्फूर्तता होती. अखेर १६ व्या वर्षी मला शाळेतून काढून टाकलं.

आपल्या आयुष्यात जेवढी खडतर परिस्थिती असेल, अडचणींचा डोंगर जेवढा मोठा असेल तेवढी ती परिस्थिती आपल्या स्वप्नांच्या दिशेने घेऊन जाण्यास मदत करते.

पीटर फोयो

अध्यक्ष नेक्स्टेल कम्युनिकेशन्स, मेक्सिको

माझे आईवडील अमेरिकेत स्थलांतरित झाले व आमच्याकडे काहीच नव्हते. माझ्या पँटसुही गुडघ्यापेक्षा आखूड होत्या. ज्या देशातून माझे वडील स्थलांतरित झाले, तिथे ते सैन्याचे प्रमुख होते, आणि अमेरिकेत आल्यावर ते झाडूवाले झाले.

लेर्ड हॅमिल्टन

समुद्राच्या लाटांवर स्वार होणारा सर्फर

मी वांशिक मतभेद असलेल्या वातावरणात वाढलो, माझा जन्म कसा झाला यावरूनच या लोकांना कमालीचा द्वेष वाटायचा.

''यश मिळविण्यासाठी लागणाऱ्या सर्व तोट्याच्या गोष्टी माझ्याकडे होत्या.''

कॅरी एलिसन
ओरॅकल कॉर्पोरेशनचा सहसंस्थापक

जॉन पॉल डेजोरिया

जॉन पॉल मिचेल सिस्टीम्स्‌चा सहसंस्थापक

मी २३ वर्षांचा होतो, माझा मुलगा अडीच वर्षांचा आणि माझी बायको मला सोडून गेलेली होती. आमच्या घराचे भाडे तीन महिने थकले होते, म्हणून आम्हाला हाकलून दिले. मग आम्हाला एका गाडीत झोपावे लागले. सोड्याच्या बाटल्या गोळा करून पैसे मिळवून आम्ही जगलो.

तरुण वयात या परिस्थितीतून गेलेला जॉन पॉल डेजोरिया मोठा झाला. त्याने जॉन पॉल मिचेल सिस्टीम्स् ही केसांसंबंधी उत्पादनांची कंपनी स्थापन केली. यावर विश्वास ठेवणे कठीण आहे. जॉन पॉल नंतर ज्याप्रकारे मोठा झाला, त्यासाठी त्याने विश्वास बसणार नाही अशा आयुष्यातून सुरुवात केली. त्यासाठी त्याने अशा गुणांचा वापर केला जे आज, आत्ता तुमच्या मध्येही आहेत.

जी. एम्. राव

जीएम्आर ग्रुपचा संस्थापक – मेकॅनिकल इंजिनिअर

माझ्याकडे काहीच नसताना मी सुरुवात केली. माझं खेडं फारच लहान होतं – ५००० लोकसंख्येचं – तिथे ना दूरध्वनी ना वीज. आमच्याकडे फक्त बर्फाच्या पाण्याची फक्त एक बाटली होती, जी आम्ही आपापसात मिळून वापरायचो. महिन्याभराच्या दूध आणि साखर यांच्या शिध्यासाठी आम्हाला रांगा लावायला लागायच्या.

तुम्ही भारत, ऑस्ट्रेलिया, अमेरिका, फ्रान्स, सिंगापूर यापैकी कुठेही जन्मला असाल, यासाठी तुम्ही सुरुवात कशी केली यावर तुम्ही पुढे कसे आयुष्य जगणार आहात हे अवलंबून नसतं. तुमचं स्वप्न प्रत्यक्षात आणण्यासाठी तुमच्याकडे कुठलीही शक्ती/क्षमता कमी असते असं नाही. तुम्हाला जे व्हायचं आहे त्यासाठी किंवा तुमचं स्वप्न प्रत्यक्षात उतरविण्यासाठी तुमच्यामध्ये प्रत्येक गोष्ट असते, अगदी परिस्थिती प्रतिकूल असली तरीही.

पीट कॅरॉल

एनएफएल प्रशिक्षक – सिअॅटल सीहॉक्स

कॉलेजमध्ये मी एकदा फूटबॉल खेळलो. मग मी एनएफएल संघात व नंतर वर्ल्ड फूटबॉल लीगच्या संघात खेळण्याचा प्रयत्न केला. पण शेवटी ज्या वेळी मला काढून टाकलं त्या वेळी मला खरंच धक्का बसला. मला कुठलीच दिशा मिळेना – कारण आत्तापर्यंत मी फक्त खेळाचाच विचार केला होता. अचानक माझ्या समोर प्रश्न उभा राहिला – आता काय?

बर्फावरील हॉकी खेळणाऱ्या पीटर बरवॉशचं जीवनच धोक्यात आलं. मग तो टेनिस खेळण्यासाठी गेला – त्याच्याकडे टेनिसचं रँकिंग किंवा स्पर्धांमधील यश नसताना. जेव्हा त्याच्याकडे पैसे नव्हते तेव्हा तो एक बाटली पीनट बटर आणि शिळ्या ब्रेड स्टिक पाच दिवस पुरवून पुरवून खाई. ७ वर्षे टेनिस स्पर्धांत खेळल्यानंतर त्याला जबरदस्तीनं निवृत्त व्हावं लागलं. आणि पुन्हा त्याच्या समोरील यशाची संधी शून्य झाली.

पीटर बरवॉश

टेनिस प्रशिक्षक – पीटर बरवॉश इंटरनॅशनलचा संस्थापक

आम्ही ज्या वेळी टेनिस व्यवस्थापनाची कंपनी स्थापन केली, तेव्हा याच क्षेत्रात इतर १६ कंपन्या कार्यरत होत्या. माझ्याकडे अगदी कमी पैसे होते. आर्थिक पाठबळ व टेनिस जगतातील 'नाव'ही नव्हते. आमच्या कार्यालयात खुर्च्या नव्हत्या त्यामुळे सुरुवातीची काही वर्षे आमच्या मीटिंग्ज़ही जमिनीवर बसून व्हायच्या.

बाहेरच्या जगात काय परिस्थिती आहे, यावर तुमचं स्वप्न पूर्ण होणार/भंगणार हे अवलंबून नसतं. तुमच्याकडे किती पैसे आहेत, तुमचं शिक्षण किती झालं आहे, तुमच्या कोणाकोणाशी ओळखी आहेत किंवा तुमचा अनुभव किती आहे, यावरही ते अवलंबून नसतं. तुमच्यातल्या शक्तीची तुम्हाला ओळख होणं व अडचणींना सामोरं जाण्यासाठी त्यांचा वापर कसा करावा हे तुम्हाला कळणं यावर ते अवलंबून असतं. प्रत्येक यशस्वी माणसानं हेच केलं, तुम्हीसुद्धा करू शकता.

मायकेल अ‍ॅक्टन स्मिथ

माइंड कँडी – संस्थापक

टॉम नावाचा माझा विद्यापीठातला मित्र होता. आम्ही एकत्र धंदा करायचे ठरविले. आमच्याकडे फारसे पैसे नव्हते. खरं तर विद्यापीठात असतानाच आम्ही कर्जबाजारी झालो होतो. वर्तमानपत्रात आम्ही एक जाहिरात वाचली. अर्धशिशीच्या दुखण्यावरील एका औषधाच्या प्रयोगासाठी स्वत:चं शरीर विकण्याविषयी ती जाहिरात होत. आम्ही ते केलं व आम्हाला प्रत्येकी ४०० पौंड मिळाले. माझी आई घाबरली. मला वाटते म्हणूनच तिने मला फार मदत केली. तिने आम्हाला प्रत्येकी

१००० पौंड दिले व टॉमच्या पालकांनी त्यांचा पोटमाळा वापरायला दिला.

दहा वर्षांपूर्वी मी चांगले आयुष्य जगत होते. दूरदर्शन व्यवसायात यशाच्या पायऱ्या चढत होते. अचानक नंतर एकामागून एक धक्कादायक घटना घडत गेल्या. काही महिन्यातच मी पार देशोधडीला लागले. मी निराश झाले. पण याच क्षणी मला एका रहस्याचा शोध लागला. त्यावर चित्रपट, पुस्तक तयार झाले. ज्या वेळी आयुष्यात तुम्ही मिळविलेल्या प्रत्येक गोष्टींची राखरांगोळी होते, त्याच राखेतून तुम्ही पुन्हा जन्म घेता.

मस्टिन किप

द डेली लव्ह – प्रेरणादायी लेखक

मी जेव्हा प्रथम हॉलिवूडमध्ये आलो, तेव्हा मला संगीत व्यवस्थापक व्हायचे होते. पण तसं दुर्दैवानं झालं नाही. हॉलिवूड मध्ये फारसं चांगलं वातावरण नसतं – मला ड्रग्ज व अल्कोहोलचं व्यसन लागलं – व मी पार रसातळाला पोचलो. आठवड्याच्या आत माझे गुंतवणूकदार मागे फिरले, माझे व्यावसायिक सहकारी व मी वेगळे झालो. माझ्या खोलीत राहाणाऱ्या सहकाऱ्याने मला तीन दिवसात मुक्काम हलविण्याची ताकीद दिली. मला संधिवात झाला, माझी कंबर कामातून गेली आणि ज्या मुलीशी माझे प्रेमसंबंध होते, तिचे व माझे फाटले. एका आठवड्याच्या आत माझे आयुष्य अक्षरश: उद्ध्वस्त झाले. त्यातूनच एका लांबच्या व दु:खदायक प्रवासाला सुरुवात झाली. मी त्या दिवसांचा ऋणी आहे, पण मला पुन्हा ते अनुभवायचे नाही. मी एखाद्या चक्रीवादळात सापडलो आहे, असे मला वाटले. मग माझ्या लक्षात आले हे एखादे दैवी वादळ तर नाही?

लिझ मरे

हार्वर्ड विद्यापीठाचा पदवीधर, लेखक व वक्ता

एक काळ असा होता की माझ्याकडे सर्व गोष्टी होत्या आणि अचानक त्या सर्व नाहीशा झाल्या. माझी आई वारली, माझे वडील व्यसनमुक्ती गृहात राहू लागले अन् मला दुरावले व माझे काका – जे माझ्या आयुष्यातील जणू देवदूत होते – अचानक वारले. मी बेघर झाले. मी सर्वस्व गमावून बसले. मला आठवतं की नंतर मला वाटायला लागलं की माझ्या आयुष्यात वाईट गोष्टी घडू शकतात, तर चांगल्याही घडतील. कारण आयुष्यात नेहमीच बदल घडत असतात.

लिझ मरेच्या बाबतीत जसं झालं, तसं आपल्या आयुष्यातही अनेक कठीण प्रसंग येतात. पण याच प्रसंगांनी लिझच्या अंत:करणात न्यूयॉर्क शहराच्या रस्त्यावरचं आयुष्य संपवून हार्वर्ड विद्यापीठात जाण्याच्या इच्छेची ज्योत पेटवली. जेव्हा तुमच्यात काही होण्याची किंवा करण्याची जबरदस्त इच्छा निर्माण होते, तेव्हा ही शक्ती तुमच्याकडून अशक्य गोष्टी शक्य करून घेते, सर्व प्रकारच्या मर्यादा ओलांडते.

तुमच्या स्वप्नांची तुम्हाला जाणीव झाली की तुम्हाला तुमच्यातील 'मोठेपणा'चा साक्षात्कार होतो. एखादा जसा तोंडात सोन्याचा चमचा घेऊन येतो, तसा 'मोठेपणा'ही जन्मजात नसतो. तुमच्या स्वप्नांचा पाठलाग करणे व स्वत:त दडलेला 'नायक' शोधणे म्हणजे मोठेपणा होया.

तुमच्या आयुष्याचे उद्दिष्ट

जो जन्माला आला आहे किंवा जन्माला येणार आहे, तो प्रत्येक जण काही विशिष्ट गुण/क्षमता घेऊन जन्माला येतो. तुमच्यामधील ही विशिष्ट क्षमता म्हणजेच तुमच्या आयुष्याचे उद्दिष्ट. जरी प्रत्येक मनुष्यप्राणी ही क्षमता घेऊन जन्माला आला तरी अनेक जण या ध्येयाचं दर्शन झाल्याशिवाय किंवा ही शक्ती सापडल्याशिवायच जीवन जगतात.

तुमचे उद्दिष्ट ही गोष्ट अशी आहे की तुमचं आख्खं आयुष्य हालवून टाकते. असा परिणाम दुसऱ्या कशाचाच होत नाही. त्या गोष्टीकडे तुम्ही सहज आकर्षित होता, तुम्ही त्याच्या बाबतीत अत्यंत भावनाशील असता. त्यामुळे जेव्हा तुम्ही ती गोष्ट करता तेव्हा तुमचं मन आनंदानं भरून जातं व तुमच्या मनात जणू अग्नी पेटतो.

तुमचं हे विशिष्ट उद्दिष्ट म्हणजे, धंद्यात, खेळात किंवा करिअरमधे काही तरी मिळविण्याची इच्छा असू शकते. तुमचा छंदसुद्धा असू शकतो. तुमचा छंद तुम्हाला तुमच्या उद्दिष्टाची वाट दाखवू शकतो. कारण त्याविषयी तुम्ही भावनिक असता व त्याचा पाठलाग करण्यासाठी तुम्ही वेळ काढता. अनेक मोठ्या माणसांच्या छंदातून मोठी स्वप्नं सत्यात उतरली आहेत.

मायकेल ॲक्टन स्मिथ

मी लहान असल्यापासूनच खेळ ही माझ्या अत्यंत आवडीची गोष्ट होती. मला खेळायला अत्यंत आवडायचं - मला वाटतं माणूसपणातील तो महत्त्वाचा भाग आहे. म्हणून माझं स्वप्न होतं की एखादी खेळांसाठीची कंपनी काढायची जी खेळ तयार करेल व करमणूक करेल.

पीट कॅरॉल

मी तेरा वर्षांचा असल्यापासून छंद शिबिरात प्रशिक्षकाचं काम करीत होतो, पण पुढे मी हेच कार्यक्षेत्र निवडेन, असं मला कधीच वाटलं नाही. मी पदवी शिक्षण घेत असताना पॅसिफिक विद्यापीठात प्रशिक्षक होतो आणि तेव्हा मी विचार केला, 'मी पुढील आयुष्यात हेच करू शकेन, कारण फूटबॉल खेळाशी याचा अगदी जवळचा संबंध आहे.' आणि तिथूनच मी प्रशिक्षक होण्याविषयीचा विचार गंभीरपणे सुरू केला.

तुमचं उद्दिष्ट म्हणजे तुम्ही जे बघू पाहता अथवा करू पाहता परंतु जे कधीच तुमच्या बाबतीत घडणार नाही असं तुम्हाला वाटतं असं दिवास्वप्नसुद्धा असू शकतं. पण याबद्दल तुम्ही जेव्हा विचार करता आणि ती गोष्ट प्रत्यक्षात करायला लागता, तेव्हा तुमचं आयुष्य एखाद्या अद्वितीय आनंदानं भरून जातं, ते स्वप्न प्रत्यक्षात येणं कितीही अशक्य वाटलं, तरी ते प्रत्यक्षात करण्यासाठी जणू तुम्हाला निमंत्रण मिळतं.

लिझ मरे

मी न्यूयॉर्क शहरातील रस्त्यावर एकटीच झोपायचे. मी ओरिओज व बिस्किटं दुकानातून चोरायचे व पुस्तकांची पिशवी डोक्याशी घेऊन झोपायचे. या माझ्या पिशवीत माझ्या मालकीच्या सर्व गोष्टी होत्या – माझे जर्नल, माझे कपडे, जो मी सर्वत्र माझ्याबरोबर न्यायचे तो माझ्या आईचा फोटो. माझ्या पिशवीवर डोके ठेवून मी रस्त्यावर झोपे व चांगल्या आयुष्याची स्वप्ने बघे. मला आतून विश्वास वाटायचा, की एक दिवस मी तसे आयुष्य नक्कीच जगेन. फक्त माझेच नाही, तर इतरांचेही आयुष्य चांगले करेन.

तुमच्या लक्षात असो वा नसो, तुमच्या आयुष्यात तुमच्या उद्दिष्टाने अनेकदा खुणावलेले असते. तुम्ही लहान असाल तेव्हाच तुम्हाला माहिती असते की मोठे झाल्यावर तुम्ही असे होणार आहात पण समाज किंवा तुमचं भलं चिंतणारे तुमचे पालक तुम्ही काय करा किंवा करू नका या विषयीचे मर्यादित पर्याय ठेवतात व आपलं उद्दिष्ट/स्वप्न आपण विसरून जातो.

पीटर फोयो

मी जेव्हा लहान मुलगा होतो, तेव्हा माझी स्वप्नं खूप बडी होती. वायरलेस फोन अस्तित्वात येण्याच्या कितीतरी वर्षांपूर्वी मला वाटायचं आपल्या घरातील फोनला एकही वायर नसेल तर किती चांगले होईल. पेट्रोल पंपावर मी कार्ड दिले व पेट्रोल घातले तर किती छान होईल? सौर ऊर्जेवर चालणारी आपली शहरे असतील तर काय मजा येईल? या गोष्टी करणारी मोठी कंपनी उभारण्याचे माझे स्वप्न होते, त्यातून प्रचंड पैसा मिळविणे व लॅटिन अमेरिकेतील सर्वोत्कृष्ट व्यवस्थापक होणे हे माझे स्वप्न होते.

तुम्ही जे रोज करीत आहात, त्यातूनही तुम्हाला तुमचे उद्दिष्ट खुणावू शकते. जे तुम्ही रोज पाहता, वाचता, ऐकता त्यात हे उद्दिष्ट दिसते. डोक्यात अचानक वीज चमकल्यासारखं होते. आणि हा साधारण क्षण तुमचं आयुष्य ठरविणारा/बदलणारा क्षण ठरतो.

जी. एम्. राव

माझ्या गणिताच्या शिक्षकाने सांगितले, प्रत्येक जीवनाचे एक उद्दिष्ट असते आणि ते साकार करण्यासाठी आपण काम करायला हवे. कारण तीच खरी प्रगती असते. या विचाराने माझ्यात एक इच्छा प्रज्वलित झाली व ते मिळविण्यासाठी मी काम केले.

लेर्ड हॅमिल्टन

मी जेव्हा अगदी तरुण होतो तेव्हा माझे वडील आईला सोडून गेले आणि लवकरच मला प्रौढ व्हावे लागले. त्यामुळे मी कोणीतरी होण्याचा जाणीवपूर्वक निश्चय केला.

आव्हानात्मक परिस्थितीमुळे आयुष्यात काहीतरी करून दाखवण्याची एक धगधगती इच्छा लेर्डच्या मनात निर्माण झाली. त्याने हे बोलावणं ऐकलं, त्याला प्रतिसाद दिला. जगप्रसिद्ध सर्फर होण्याचे आपले स्वप्न पूर्ण करताना त्याने जगभरच्या लोकांना प्रेरणा दिली.

लेन बीचलेच्या बाबतीतसुद्धा तिच्या बालपणातील आव्हानात्मक परिस्थितीतूनच काहीतरी मिळविण्याची इच्छा निर्माण झाली. ज्या वेळी लेन फक्त सात वर्षांची होती तेव्हा अचानक तिची आई वारली. आईच्या मृत्यूनंतर तिच्या एकदा लक्षात आलं, की तिला दत्तक घेतलं आहे. तिला जन्म देणारी आई, ज्या वेळी फक्त १७ वर्षांची होती, तेंव्हा एका बलात्काराच्या घटनेतून लेनचा जन्म झाला होता.

लेन पूर्ण हादरली. पण तिच्या आईचा मृत्यू ही अशी घटना होती, ज्यामुळे ऑस्ट्रेलियाच्या लेन बीचले हिला जगातील सर्वात मोठी क्रीडापटू होण्यासाठी प्रेरणा मिळाली.

लेन बीचले

सात वेळा सर्फिंगमध्ये विश्वविजेती

प्रामाणिकपणे सांगायचं झालं तर, मला दत्तक घेतले आहे हे कळल्यावर विश्वविजेती बनण्यासाठी प्रेरणा मिळाली. पण मी सर्फिंग निवडण्या अगोदरही, कशातही विश्वविजेती होण्याचं माझं स्वप्न होतं. मला फक्त जगात सर्वोत्तम बनायचं होतं. मला स्वत:ला या जगात सिद्ध करण्याची नितांत गरज होती.

पॉल ऑरफेलिया

आयुष्यात मला काय करायचं आहे. याबद्दल माझ्या मनात कुठलीही शंका नव्हती. मला माझा उद्योग करायचा होता, मग तो उद्योग कुठलाही असो. मी आयबीएमच्या इमारतीकडे बघे आणि विचार करे, 'यापेक्षा मोठा उद्योग मला हवा आहे.'

एडीएचडी व डिस्लेक्सियाने पिडलेला पॉल ऑरफेलिया लिहू किंवा वाचू शकत नाही. तरीही त्याने आयुष्यात काय केले बघा, त्याने 'किंको'चे साम्राज्य निर्माण केले - लाखो डॉलर्सची कंपनी जिने हजारो माणसांना रोजगार दिला. आपल्या द्वैतावर आधारलेल्या जगात, प्रत्येक तोट्यामध्ये एक फायद्याची बाजूही दडलेली असते. पॉलने त्याच्यातील कमतरता पूर्णत्वामध्ये बदलून टाकली.

कम्युनिस्ट रूमानियातून पळून जायचं ॲनास्टाशिया सोरचं स्वप्न होतं. तिने जवळजवळ तीन वर्षे त्याचं नियोजन केलं. आपल्या मुलीबरोबर पळ काढण्याच्या संधीची ती वाट बघत राहिली. पळून जाण्याच्या निर्णयात फार मोठा धोका होता. जेव्हा ती अमेरिकेत दाखल झाली, त्या वेळी आणखी मोठ्या निर्णयाला तिला सामोरं जावं लागलं. आपल्या कुटुंबाचं पोट भरण्यासाठी तिला दिवसाचे १४ तास काम करावं लागायचं. जर आयुष्यात तिनं वेगळं काही केलं नसतं, तर हेच कायमचं तिच्या नशिबी आलं असतं.

ॲनास्टाशिया सोर

मला काहीतरी करणं गरजेचं होतं. मला सिद्ध करायची गरज होती की मी कोण आहे, माझ्यात काय दडलेलं आहे. हे भीतीदायक नव्हतं, असं मला नाही म्हणायचं. ते खरंच भीतीदायक होतं, पण मी विचार केला की याचसाठी तर मी या देशात आले. अनेक संधी देणारी ही भूमी आहे. मला हे

करायलाच हवं नाहीतर मी येथे आले कशाला? रूमानियापेक्षा भयंकर आयुष्य जगण्यासाठी? नाही.

रूमानियात अत्यंत खडतर आयुष्य जगताना ॲनास्टाशियाची वृत्ती कणखर झाली, ज्यातून तिच्या मनात स्वत:चा उद्योग उभारण्याचे स्वप्न निर्माण झाले. या उद्योगाचे अमेरिकेत १००० शाखांचे साम्राज्य निर्माण झाले. ह्याच्याच ६०० आंतरराष्ट्रीय शाखा आणि जगभर सलोन्स निर्माण झाली.

आयुष्यातील कुठलीच घटना १००% नकारात्मक नसते. प्रत्येक नकारात्मक घटनेत, त्याच्या विरुद्ध म्हणजे सकारात्मकतेची दुसरी बाजू असते, प्रत्येक वाईट घटनेत चांगली घटना दडलेली असते. तुमच्या आयुष्यात किती वाईट घटना घडतात याचा लेखा म्हणजे जीवन नाही, तर ह्या घटनांमध्ये दडलेल्या सुवर्णसंधीचं तुम्ही काय केलंत, यासाठी आहे.

तुमचं स्वप्न पूर्ण करण्याच्या अनंत शक्ती तुमच्याकडे नसतील तर तुमचं स्वप्न तुम्हाला खुणावतच नाही. स्वप्न पूर्ण करण्याची तुमच्यामध्ये थोडीसुद्धा शक्ती नसेल, तर तुम्हाला स्वप्नही पडत नाहीत. आयुष्यात सर्वोत्कृष्ट मिळविण्यासाठी तुमचं स्वप्न तुम्हाला बोलावत असतं. तुमच्यातल्या 'नायका'ला हे निमंत्रण असतं.

मस्टिन किप

मी निसर्गसौंदर्याने समृद्ध वातावरणात वाढलो. माझे आईवडील अफलातून होते. त्यामुळे जगातील दु:खापासून माझा बचाव झाला. ज्या वेळी मी या वातावरणातून बाहेर पडायला सुरुवात केली. इतरांची दु:ख पाहिली तेव्हा मला कळून चुकलं, की मी त्यांच्यासाठी काहीतरी करू शकेन. त्या वेळी माझ्यासमोर स्पष्ट चित्र निर्माण झालं की माझ्या आयुष्या मी यापेक्षा वेगळं काही

> *करू शकणार नाही. लोक संस्कृतीला ज्ञान व प्रेरणेची जोड देणं ज्या योगे आम्ही जास्तीत जास्त लोकांपर्यंत पोचू शकू हेच माझं स्वप्न बनलं.*

तुम्हाला जर हे बोलावणं आलं आणि तुम्ही भीतीमुळे किंवा तुम्ही ते मिळवू शकणार नाही, असं वाटून या हाकेला तुम्ही प्रतिसाद दिला नाही, तर कधी कधी घटनाच अशा घडतात, की तुम्ही तुमच्या ध्येयाकडे ढकलले जाता. जे माझ्या बाबतीत घडलं.

मी एका दूरचित्रवाणी केंद्रात निर्माती म्हणून काम करीत होते व स्वतःचीच एक दूरचित्रवाणी कंपनी सुरू करण्याचं माझं स्वप्न होतं. पण मी ते कधीच केलं नसतं. कारण मला कुटुंबाचा उदरनिर्वाह चालवायचा होता, मला भरपूर पैसे मिळायचे. अन्न, वस्त्र, निवारा यांची गरज त्यातून भागायची. मी सर्व शक्तिनिशी या कामातील सुरक्षितता घट्ट पकडून ठेवली होती, कित्येक जण स्वतःची नवीन कंपनी सुरू करण्याविषयी सांगत होते तरी.

मग एके दिवशी मला कामावरून कमी करण्यात आलं. मला धक्काच बसला. आता आम्ही काय खाऊ? माझ्या मुलींच्या शिक्षणासाठी लागणारे पैसे कुठून आणू? घराचा हप्ता कसा फेडायचा?

एक पर्याय होता, की दुसऱ्या दूरचित्रवाणी कंपनीत काम करायचं. पण पूर्वी मी जे करीत होते, तेच परत करण्याचा विचारही मला सहन होईना. माझ्या लक्षात आलं, की मला हाकलण्यात आल्यानं, माझ्याकडे गमावण्यासारखं काहीच नव्हतं. म्हणून मी आपल्या घरातील प्लॅस्टिकची टेबले व खुर्च्या यावर टीव्हीवर कार्यक्रम करायला सुरुवात केली. ही कल्पना मी फुलविली, कार्यक्रमासाठी एक पार्श्वभूमी तयार केली. जरी ही पार्श्वभूमी कशी तयार करायची याचं मला ज्ञान नव्हतं, तरीही. पण माझ्या कल्पनेवर माझा विश्वास होता. म्हणून धडधडत्या हृदयाने व थरथरणाऱ्या पायांनी, मी काही

कंपन्यांच्या व्यवस्थापकांना ही कल्पना सांगितली. कार्यक्रमाला त्याच क्षणी हिरवा कंदील मिळाला. जेव्हा तो प्रसारित झाला तेव्हा त्याला मोठं यश मिळालं, त्यातूनच बराच काळ चालणारी एक मालिका निर्माण झाली.

हाकलली गेल्यामुळे माझी स्वप्नं साकार करण्याची उत्तम संधी मला मिळाली. माझं स्वप्न जगण्याची संधी दिल्याबद्दल, मला हाकलल्याबद्दल कंपनीला मी धन्यवादच देते. तसं झालं नसतं, तर या खुणावणाऱ्या स्वप्नाला मी नकारच दिला असता. माझ्या आयुष्याच्या अतिशय थरारक आणि सफल प्रवासाला मी मुकले असते.

REFUSAL OF THE CALL

हाकेला नकार

लेर्ड हॅमिल्टन

स्वप्न नाकारताना तुम्ही जो धोका पत्करता तो अंतिम असतो. तो शेवट असतो. असं आयुष्य म्हणजे अपूर्ण, ध्येय साध्य न झालेलं आयुष्य, आनंद नसलेलं आयुष्य. ते दु:खदायक असतं.

मग तुम्ही इतर काही करा. कुठलीही भौतिक सुखं मिळवा, जर तुमच्या अंत:करणामध्ये जे गाणं उमटलं, ते तुम्ही गायला नाहीत तर तुमच्यात प्रचंड असमाधानाची जाणीव भरून राहील आणि आयुष्याच्या शेवटी याचं अत्यंत दु:ख होईल. ही तुमच्या आयुष्याची कहाणी होऊ देऊ नका. तुम्ही तरुण असा किंवा म्हातारे, अजून तुम्हाला जीवनात एक परिकथा घडवायची आहे. तुमची स्वप्नं साध्य करायची म्हणजे मोठी जोखीम आहे, असं तुम्हाला वाटेल. पण आयुष्यात हे सगळं चुकवणं हाही मोठा धोका नाही का?

मायकेल अ‍ॅक्टन स्मिथ

तुमच्या स्वप्नांना प्रत्यक्षात येण्यासाठी संधी न देणं हे सर्वात मोठं अपयश आहे.

जी. एम्. राव

जेव्हा तुमच्या स्वप्नांचा तुम्ही पाठलाग करीत नाही. तेव्हा तुम्ही जे काम करता ते एखाद्या पिंजऱ्यासारखं असतं. सोनेरी असला तरीही आत्म्याशिवाय जणू शरीर! त्याचा परिणाम नैराश्यात होतो. अस्तित्वच नसल्यासारखं वाटतं. आयुष्यातला अर्थच नष्ट होतो.

आपल्या स्वप्नांना प्रतिसाद देणं, त्याप्रमाणे वागण्याचं ठरवणं खरं तर सोपं आहे. पण त्या आमंत्रणाला नकार देणं म्हणजे कठीण मार्ग, कारण तुमच्या आयुष्यात तुम्ही दु:खी बनण्याचा धोका असतो. त्या आयुष्यात कुठलाच अर्थ राहात नाही, आवेग राहात नाही.

खरं तर तुमचं सध्याचं काम तुम्हाला आवडायला लागतं पण काही वेळानंतर हे काम म्हणजे दळण दळल्यासारखं वाटायला लागतं. याचा अर्थ असा आहे, हे काम हे तुमचं अंतिम स्वप्न नाही. तुम्हाला तुमच्या मनाच्या आत खोल डोकवायला लागेल व कुठे तुमचं स्वप्न मागे राहिलं नाही ना याचा विचार करायला लागेल.

लेन बीचले

तुम्ही जे काम करीत आहात त्यातून तुमच्या मनात गाणं उमटत नसेल, रोजच्या रोज तुमच्या भावना प्रदीप्त होत नसतील, तर या पृथ्वीवर तुम्ही माणूस म्हणून तुमची भूमिका पार पाडत नसाल.

मायकेल ॲक्टन स्मिथ

जीवन छोटे आहे. ही काही रंगीत तालीम नाही. मानगूट पकडण्याची, जास्तीत जास्त अनुभव घेण्याची, जास्तीत जास्त लोकांना भेटण्याची ही संधी आहे. नक्कीच सोफ्यावर बसून आरामात टीव्ही बघण्याची व घडू शकल्या असत्या पण घडल्या नाहीत अशा गोष्टींबद्दल हळहळत बसण्याची ही बाब नाही.

लिझ मरे

नाताळनंतर दुसऱ्या दिवशी आम्ही आमच्या आईचे अंत्यसंस्कार केले. त्या वेळी मी १६ वर्षांची होते. अंतिम संस्कारांसाठी आमच्याकडे पैसे नव्हते, पाइन लाकडाच्या पेटीत तिला ठेवलं आणि वरची फळी खिळे ठोकून बसवली. या पेटीवर 'डोकं', 'पाय' असे शब्द त्यांनी लिहिले. ही अत्यंत दुःखदायक गोष्ट होती. आमचं आयुष्य अडचणींनी भरलेलं होतं पण आमचे संबंध अत्यंत प्रेमाचे होते. माझी आई पलंगावर, माझ्या पायांशी बसायची व तिची स्वप्ने मला सांगायची. व्यसनांना दूर कसं ठेवावं, घर कसं हवं, चांगलं आयुष्य कसं जगावं यासाठी प्रत्येक बोलण्याच्या शेवटी सांगायची, की हे सगळं ती नक्कीच मिळविणार आहे. पण आता नाही. नंतर ती हे सगळं करणार आहे, नंतर करणार आहे... मग माझ्या लक्षात आलं की कुठेतरी मी माझ्या आयुष्यातही 'मी नंतर करेन' असं म्हणत आले.

कदाचित तुम्ही विचार कराल, 'माझी स्वप्ने साकार करण्यासाठी माझ्याकडे वेळ आहे' पण तुमच्याकडे वेळ नाही, आयुष्य छोटं आहे. सध्याचं आयुर्मान २४,८६९ दिवस आहे. काहीजण यापेक्षा जास्त किंवा काहीजण यापेक्षा कमी दिवस जगतील. कसंही असलं तरी हे आयुष्य जगण्यासाठी तुमच्याकडे दिवस मोजकेच आहेत. म्हणून तुमचं स्वप्न सत्यात उतरवणं लांबणीवर टाकण्यासाठी तुमच्याकडे वेळ नाही. ते आत्ताच घडू शकतं किंवा कधीच नाही. जर तुम्ही ते आत्ता केलं नाहीत, तर तुम्ही कधीच करू शकणार नाही. ती वेळ 'आत्ता'च आहे.

" 'कधीतरी' हा जणू रोग आहे. जो तुमच्या स्वप्नांना तुमच्याबरोबरच थडग्याकडे नेतो."

टिमोथी फेरीस
द फोर अवर वर्कवीकचा लेखक

आपलं स्वप्न पूर्ण करण्यासाठी इतर कुणीही मदत करणार नाही, याची जाणीव होणं हे तुमची स्वप्नं सत्यात उतरण्याच्या दिशेनं टाकलेलं पाऊल आहे. तुमचा बॉस, सहकारी, कुटुंब, मित्र व मुलं यापैकी कुणीच तुमच्या वाटचे आयुष्य जगू शकत नाहीत. तुमचं आयुष्य परिपूर्ण व आनंदी होण्यासाठी तुमचे तुम्हीच जबाबदार आहात. तुमच्यासाठी दुसरं कुणीच हे करू शकत नाही.

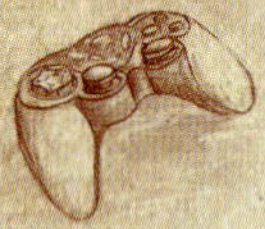

मायकेल ॲक्टन स्मिथ

आपल्या कृतीची जबाबदारी आपणच घेणे – ही सर्वांनी करण्याची, सर्वात महत्त्वाची गोष्ट आहे. आपल्याला कसं वाढविलं गेलं, आपलं दारिद्र्य इ. साठी दुसऱ्यांना दोष देणं सोपं आहे, पण तुम्ही थोडं थांबलात आणि म्हणालात, 'सांगू का, माझ्या आयुष्यात जे जे घडलं त्याला इतर कुणी नाही, पण मीच जबाबदार आहे.' तर आयुष्य बदलण्याच्या दिशेने तुम्ही नक्कीच पहिलं पाऊल टाकलं आहे. तुम्हाला तुमची मानसिकता बदलायला हवी. तुमची नोकरी बदलायला हवी. जे काही घडवायचं आहे, त्यासाठी तुम्हीच बदलायला हवं.

लिझ मरे

आपण जेव्हा छोटे असतो, तेव्हा आपल्यात जे असतं ते मोठ्यांना गवसत नाही. सगळंच नवं आणि उत्तेजित करणारं असतं आणि सगळ्याच गोष्टी शक्य असतात. मग काहीतरी घडतं.

आपण अपयशी ठरतो, आपल्याला नकार मिळतो, आपण निराश होतो. आपण आपला हा भाग जणू तोडून टाकतो. आपण फारच गंभीरतेने सगळीकडे बघू लागतो. पण जर रोज उठल्यावर तुम्ही म्हणालात, 'मला ज्या गोष्टी हव्या आहेत त्या मी मिळविल्या तर? माझी स्वप्ने?' तुम्ही घड्याळाचा गजर बंद करा, जमिनीवर पाय ठेवा आणि फक्त एवढंच करा. तुमच्या आयुष्यात ती जादू पुन्हा मिळविण्यासाठी, त्या शक्यतेसाठी जगण्यासाठी.

आपल्याला जे हवे ते जगण्याची, करण्याची तुम्हाला भीती वाटत असेल, कारण तुम्हाला अपयश येईल असं तुम्हाला वाटतं. पण हे स्वप्न प्रत्यक्षात आणण्याची क्षमता तुमच्यात नसेल, तर तुम्हाला कधीच 'बुलावा' येणार नाही, ते स्वप्न प्रत्यक्षात आणता येणार नाही.

लेर्ड हॅमिल्टन

अपयशाची भीती अनेकांना गोष्टी प्रत्यक्ष करण्यापासून परावृत्त करते. माझी आई नेहमी म्हणायची, 'आपणच आपले मोठ्ठे विरोधक असतो. आपणच आपल्याला थांबवत असतो.'

आपण स्वत:ला थांबवण्याचा दुसरा प्रकार म्हणजे असा विचार करणे की आत्ता यापेक्षा कुठलीही मोठी कल्पना/संधी शिल्लक राहिली नाही. आणि एखादी गोष्ट न करण्यासाठी आपण ह्याचा सारखा वापर करतो. आता कोणतीच चांगली संधी उपलब्ध नाही, असं जर तुम्हाला वाटत असेल तर पॉल ऑरफेलियाला किती सहजपणे संधी मिळाली, हे बघा.

ग्रंथालयात फोटो कॉपी करण्यासाठी रांगेत उभा असताना, पॉल ऑरफेलियाने जे पाहिले, ते कुणालाच दिसले नाही. त्याने स्वत:शीच विचार केला. 'जर इथे मोठी रांग आहे तर इतर ठिकाणीही रांग असल्याच पाहिजेत.' आणि या साध्या निरीक्षणातून 'किंको'च्या कल्पनेचा जन्म झाला.

पॉल ऑरफेलिया

माझ्यात जर कुठली चांगली गोष्ट असेल, तर ती म्हणजे मला माहीत आहे की वर्तमानात कसं राहायचं. तुम्ही जर त्या क्षणात राहिला नाहीत तर तुम्हाला संधी मिळणारच नाहीत.

मायकेल ॲक्टन स्मिथ

अनेक जण यशस्वी लोकांकडे बघतात आणि खांदे उडवून म्हणतात, 'हो ते नशीबवान आहेत.' पण तुमचे नशीब तुम्ही तेव्हाच घडवू शकता, जेव्हा संधी येताच तुम्ही त्याच्यावर झडप घालता.

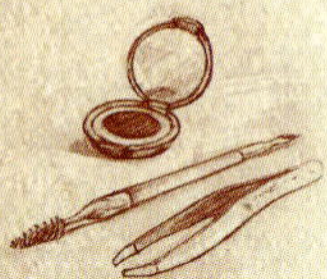

ॲनास्टाशिया सोर

संधी रोजच सर्वांच्या समोर असतात. त्या जणू काही एखाद्या आगगाडीच्या स्टेशनसारख्या असतात. प्रत्येक जण स्टेशनवर असतो, त्यांच्यासमोर गाडी थांबते, पण त्यांचे डोळे बंद असतात. गाडी आली हे बघण्यासाठी व त्यात चढण्यासाठी त्यांचे डोळे उघडे नसतात. संधी सर्वत्र असतात.

जी. एम्. राव

मोठ्या गोष्टी करण्यासाठी तुम्हाला मोठ्या स्वप्नांची आवश्यकता नाही. फक्त संधींचा स्वीकार करायला हवा.

''लोक नेहमीच म्हणतात, सर्व मोठ्या संधी लोकांनी कधीच पटकावल्या आहेत. खरं तर, जग दर सेकंदाला बदलते, दर क्षणाला संधींचा सर्व दिशांनी वर्षाव करते. त्यातच तुमची संधी सुद्धा असते.''

रेन हाकुटा डॉ. फॅड

संशोधक

सुरक्षिततेचा आभास

पैसा व सुरक्षितता यांना तुमच्या आयुष्यातील निवड ठरविण्यास वाव देऊ नका. जीवन सतत बदलत असते. कंपन्यांमधील माणसे बदलतात. त्या कर्जबाजारी होतात किंवा विदेशात त्यांचा विस्तार होतो. नोकऱ्या जातात किंवा आर्थिक डबघाईमुळे हजारो बेरोजगार होतात. तुमची नोकरी जाऊ शकते. तुमची बचत, पैसे किंवा घरही जाऊ शकते. लग्नं मोडू शकतात, आरोग्याच्या तक्रारी निर्माण होऊ शकतात आणि त्यामुळे तुम्हाला असणारी सुरक्षितता कुठल्याकुठे फेकली जाते, अशी परिस्थिती निर्माण होते. मी माझ्या स्वप्नांचा मागोवा घ्यायच्या ऐवजी आर्थिक सुरक्षिततेचा विचार केला नि नोकरी गमावली. सुरक्षितता किती फसवी आहे, हे मला अगदी प्रकर्षाने दिसून आलं. खरी सुरक्षितता म्हणजे कुठलीच गोष्ट सुरक्षित नाही, याची जाणीव होणे. कारण तरच तुमच्या आयुष्यातील प्रत्येक दिवस तुम्ही पूर्णपणे जगता.

मस्टिन किप

कुटुंब व मित्र, तुमच्यावर प्रेम करत असल्याने, सर्वोत्तम ते तुम्हाला मिळावं असं वाटत असल्याने जिथे निश्चितता आणि सुरक्षितता असते त्या मार्गावरूनच जा असे म्हणतात. जर तुमची आई किंवा वडील किंवा तुमच्या भोवतीची परिस्थिती असामान्य असेल तर गोष्ट वेगळी!

मायकेल ॲक्टन स्मिथ

सुरक्षितता आणि चांगल्या पगाराची नोकरी सोडणं हे थोड्या कालावधीसाठी दुःखदायक वाटेल पण आयुष्याची अनेक दशकं तुमच्या पुढे आहेत. तुम्ही ज्यावर प्रेम करता असे काही मिळवायला तुम्हाला थोडे दिवस त्रास सोसावा लागेल, कमी

पगार मिळेल पण जर ज्यावर तुमचे प्रेम आहे असं काम तुम्ही जर करत असाल तर तुम्ही अनेक तऱ्हांनी यशस्वी व्हाल.

जी. एम्. राव

कमी पैसे आहेत म्हणून तुम्हाला जे करायला आवडते त्याच्याशी तडजोड करू नका. तुम्ही ज्यात प्राविण्य मिळवाल त्यातून तुम्हाला नक्कीच संपन्नता मिळेल, हवी ती सुरक्षितताही मिळेल. सुरुवात कदाचित छोटी असेल, पण तुम्ही जे कराल त्यात पूर्णत्व आलं, की इतर सर्व गोष्टी त्या मागोमाग येतील.

सुरक्षिततेने अनेक जण एखाद्या पिंजऱ्यात अडकतात. असे अनेक लोक आहेत जे पैसा भरपूर मिळवितात, पण त्यांचं काम म्हणजे त्यांच्यासाठी जणू चरक असतो. आणि ज्यांच्याजवळ खूप कमी पैसे असतात त्या लोकांएवढेच ते असमाधानी, दुःखी असतात.

लेर्ड हॅमिल्टन

पैसा म्हणजे तुमच्यासाठी काय आहे? जर ते उद्दिष्ट असेल तर तो तुमच्यावर राज्य करेल. तुमच्या सर्व हालचाली व तुम्ही यांना तो नियंत्रित करेल.

भौतिक सुखे नेहमीच चांगली असतात, त्यांचा अनुभव घेणे हा या पृथ्वीवरचा एक आनंददायक अनुभव आहे. पण समाजाच्या या विचाराने आपले विचारही मर्यादित राहतात व ती सुखे मिळविणे हेच आयुष्याचे उद्दिष्ट बनते. जर भौतिक सुखे मिळविणे हा आपल्या जीवनाचा हेतू असेल तर त्यातून खरा आनंद, पूर्णत्व, समाधान मिळायला हवा व आपल्याला कुठलीच नवी गोष्ट विकत घ्यायची गरज पडू नये. ह्या गोष्टी मिळाल्या नंतर आपल्याला होणारा आनंद चिरकाल टिकायला हवा.

जर ही भौतिक सुखे मिळविणे हा आयुष्याचा हेतू असेल तर आपण येथून जाऊ तेव्हा आपल्याबरोबर आपण तो नेऊ शकलो असतो. वृत्तपत्र घेण्यासाठी सकाळी तुम्ही बाहेर जाता तेव्हा म्हाताऱ्या जोचे घर तिथून नाहीसे झालेले दिसले असते. मरण पावल्यावर त्याने बरोबर नेले असते. आपण या गोष्टी आपल्याबरोबर नेऊ शकत नाही, कारण त्या गोष्टी म्हणजे आपण नाही. या पृथ्वीवर जगताना होणाऱ्या आनंदाचा त्या भाग असल्या तरी त्या आयुष्याचा हेतू नाहीत.

लेन बीचले

अवघड होतं, आव्हानात्मक होतं, मला अनेक गोष्टी सोडाव्या लागल्या तरीही मी ते राजीखुशीने केलं. कारण त्या स्वप्नाचा - विश्वविजेती होण्याचा - मागोवा घेणं हे माझ्यासाठी पैसे मिळविण्यापेक्षा जास्त महत्त्वाचं होतं.

आपणा सर्वांनाच अन्न, वस्त्र, निवाऱ्याची गरज असते, पण ही भौतिक सुखे मिळविणे हा आयुष्याचा हेतू बनला तर पूर्णार्थानं आयुष्य जगण्याचं स्वातंत्र्य आपण गमावून बसू. स्वप्नांचा मागोवा घ्यायच्याऐवजी सुरक्षितता व भौतिक सुखे हीच आपल्या आयुष्याचा हेतू बनणे, म्हणजे शेपटीने कुत्र्याला हलविण्यासारखे आहे. खरं तर असं आहे, की जर सुरक्षिततेऐवजी तुम्ही स्वप्नांचा मागोवा घेतलात, तर तुम्हाला सगळंच मिळेल - भौतिक सुखंही व संपन्न, संपूर्ण आयुष्यही.

याशिवाय तुम्हाला आणखी काही गोष्टी मिळतात, ज्या पैशाने कधीही विकत घेता येत नाहीत. पूर्णत्वाची एक मोठी भावना निर्माण होते. समाधान मिळते. अर्थात तुम्हाला आणखी गोष्टी कराव्याशा वाटतात. आणखी नव्या स्वप्नांचा मागोवा घ्यावासा वाटतो, पण 'नायका'चा प्रवास सुरू झाल्यावर तुम्हाला पूर्णत्वाच्या भावनेचा जो अनुभव येतो, त्यामुळे तुम्हाला लक्षात येते की 'याचि साठी केला होता अट्टाहास' - यासाठीच तुम्ही जन्माला आलात. आणि आपला हेतू पूर्ण झाला ही समाधानाची भावना घेऊन तुम्ही या जगाचा निरोप घेऊ शकता.

आयुष्य जगून संपवताना अनेक गोष्टी करायच्या राहून गेल्या अशी हळहळ वाटण्याची वेळ येऊ देऊ नका. तुमचं जीवन अमूल्य आहे, जर तुम्ही 'बाहेर' बघत राहिलात तर तुम्हाला तीव्रतेने हवा असलेला आनंद मिळणार नाही. कारण तुमची स्वप्नं साकार होण्यातून आनंद मिळणार आहे. ज्या आयुष्याच्या अखेरीस कोणताही पश्चात्ताप नाही अशा आयुष्याची कल्पना तर करून पाहा. तुम्ही ज्या गोष्टी केल्यात त्या आठवा आणि तुम्ही मोठ्या आनंदाने भरून पावाल.

लिझ मरे

तुम्हाला ही म्हण माहीत आहे का, 'तुमचं गाणं मनातच असताना मरू नका'. लोक जेव्हा रात्री उशीवर डोकं टेकतात, तेव्हा त्यांना स्वप्न पडतात. जर तुम्ही या आवाजाचा आदर केला नाहीत, तर तुम्ही कुठेच पोचू शकणार नाही. हा आवाज म्हणजे तुमच्या आतील ऊर्जा आहे. या शक्तीला तुम्ही नाकारू शकत नाही. तुमचे व्यक्तिमत्व ज्यापासून बनले, त्याचा ही ऊर्जा म्हणजे अविभाज्य भाग आहे. महणून रात्री उशीवर डोके ठेवल्यावर, अमुक एक गोष्ट करण्याचा 'बुलावा' तुम्हाला आला व तुम्ही त्याकडे दुर्लक्ष केले तर ते स्वप्न तुमच्या आत तसेच बंदिस्त राहील. माझ्या दृष्टीने ही सर्वात वाईट गोष्ट आहे. तुमचं गाणं आतच राहिलेलं असताना मृत्यू येणं.

माझी एक मैत्रीण दूरचित्रवाणीच्या व्यवस्थापन विभागात बरीच वर्षे काम करीत होती. ती कंपनीत जे बदल करीत होती त्यामुळे तिला कामावरून काढण्यात आलं. तिला एक गोष्ट माहीत होती की तिला चित्रपटाची दिग्दर्शिका व्हायचं होतं. म्हणून ते करण्याची नवी योजना ती आखू लागली. आपलं स्वप्न जगू लागली. पण तिनं ही संधी मिळवायच्या आधी व दिग्दर्शिका म्हणून आयुष्याची सुरुवात करण्याच्या अगदी थोडं आधी तिला व्यवस्थापन

विभागातच मोठ्या पगाराची नोकरी मिळाली, तिने ती स्वीकारली आणि तिची स्वप्नं आणि नव्या आयुष्याची एक शक्यता विरून गेली.

मायकेल अॅक्टन स्मिथ

माझ्या आयुष्याचे शेवटचे दिवस एखाद्या हॉस्पिटलमध्ये बसून, भूतकाळ आठवत आणि अरेरे मी हे सगळं काही वेगळ्या तऱ्हेने केलं असतं अशी हळहळ व्यक्त करत मला घालवायचे नाहीत.

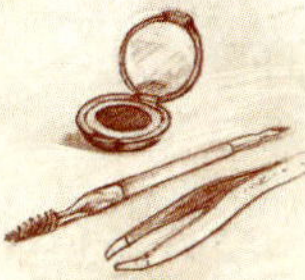

ॲनास्टाशिया सोर

तुमच्यापाशी गमावण्यासारखं काय आहे? तुम्हाला फक्त प्रयत्न करायचा आहे. नाहीतर तुम्ही तुमचं आयुष्य, तुम्हाला ही गोष्ट येते ही माहिती न होताच घालवाल. हे दु:खदायक आहे. ...माझ्यासाठी हे फारच दु:खकारक आहे.

पॉल ऑरफेलिया

मी नेहमी सांगतो की कॉलेजच्या बाहेर पडताच नवा व्यवसाय सुरू करा. फार फार तर काय होईल? आई-वडिलांबरोबर राहावे लागेल. हे म्हणजे फक्त अनुभव घेणे इतकंच नाही. जोखीम पत्करा आणि व्यवसाय सुरू करा.

मस्टिन किप

अनेक लोक मोठी उडी मारू शकत नाहीत. कारण त्यांना म्हणावा तितकासा त्रास होत नाही. बहुतेक वेळा ते काही तरी तेव्हाच करतात जेव्हा त्यांना उबग येतो, वैताग येतो. यापुढे हे सहन करणं शक्य नाही असं वाटतं.

पॉल ऑरफेलिया

जरी तुम्ही तुम्हाला आवडत नसलेल्या नोकरीत किंवा व्यवसायात अडकलेला असलात, तरी तुमच्यात नक्कीच काहीतरी मोठं करण्याची क्षमता आहे, ज्याने तुम्हाला भरपूर समाधान मिळेल.

अशा एखाद्या ठिकाणी थांबून राहू नका जिथे तुम्हाला तुमच्या जीवनात बदल करणे अशक्य होईल. तुमचं जीवन आत्ताच बदला! खरा आनंद व पूर्णत्वाची भावना यापेक्षा दुसरं काहीही तुमच्या योग्यतेइतकं चांगलं नाही. म्हणून त्या शिवाय काहीही करणं मान्य करू नका. सुरक्षिततेने तिचं जाळं तुमच्याभोवती विणलं असलं किंवा तुमच्या जबाबदाऱ्यांमुळे तुम्हाला जखडलं असलं तरीही इतका उशीर झालेला नसतो की वेळ टळून गेली आहे. तुमची स्वप्नं साकार करण्यासाठी अगणित मार्ग असतात व तुम्ही विचार करता त्यापेक्षा ते खूपच सोपे असते.

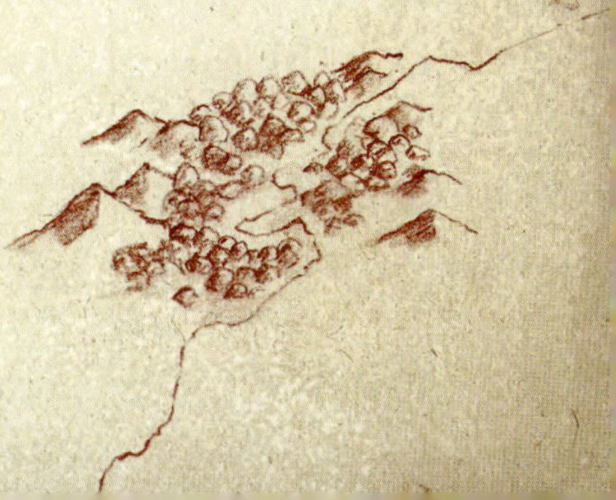

FINDING YOUR DREAM

आपले स्वप्न शोधणे

पीटर फोयो

मानवजातीचं सर्वात निराशाजनक वास्तव - मी माझ्या आयुष्याचं काय करू?

लेन बीचले

तुम्हाला काय हवं आहे? तुमचा हात हृदयावर ठेवा व स्वतःलाच विचारा - मला काय हवं आहे? सर्वात प्रथम जो विचार मनात येतो, तोच सर्वात बरोबर असतो.

आणि तुमची स्वतःबद्दलची मतं, विश्वास, निष्कर्ष हे सर्व काही बाजूला टाकण्याचा प्रयत्न करा. कारण याच गोष्टींमुळे तुम्ही तुमचं स्वप्न पाहू शकत नाही आहात. स्वतःची कोणाबरोबरही तुलना करू नका कारण तुमची जेवढी क्षमता आहे तेवढी क्षमता इतर कोणामध्येही नाही. आपल्याला काय करणं शक्य आहे यावर मर्यादा घालणारे विचार पुसून टाका. सर्व शक्यतांसाठी तुमचं मन खुलं असू दे. आत्तापर्यंतच्या मनात साठवून ठेवलेल्या सर्व गोष्टींचा निरास झाला असेल व सकाळी उठताना तुमचं मन अगदी कोरं,

टवटवीत असेल, तुमच्या मनाची पाटी अगदी कोरी असेल, तर कुठलीही अद्वितीय शक्यता तुमचं जीवन भरून टाकेल!

लेन बीचले

माणसं वरवरचा विचार करतात, पण तुम्ही एकदा का 'आत' बघितलं की तुम्हाला काय ते कळतं.

जॉन पॉल डेजोरिया

आपल्याला काय हवे आहे हे माहीत असतेच असे नाही पण आपल्याला काय नको आहे, हे मात्र नक्कीच माहिती असते. तुम्हाला जे नको आहे त्याचा विचार करण्याचे, त्या गोष्टी करण्याचे सोडून द्या. पुढे चला. ज्या गाडीत आपण चढलो ती जर खराब असेल तर आपण त्यातून उतरतो, तसे हे आहे. तुम्ही त्या गाडीतून उतरलाच नाही तर तुम्हाला कुठलाच अनुभव येणार नाही. नंतर स्वत:ला दुसऱ्या एखाद्या अनुभवासाठी मुक्त करा.

मस्टिन किप

जेव्हा तुम्हाला अत्युच्च आनंदाचा अनुभव येतो त्या क्षणांकडे लक्ष द्या. असे क्षण जेव्हा वेळ उडून जातो. जेव्हा तुम्हाला खरोखरच प्रकाशित झाल्यासारखे वाटले, जेव्हा तुम्हाला प्रचंड प्रेरणा मिळते, विचार करा, 'मला प्रचंड प्रेरणा केव्हा मिळाली? मी खूप आनंदी केव्हा झालो?' असे क्षण तुमच्या आयुष्यात अगदी कमी असले, तरी ते तुमच्या स्वप्नांची जाणीव करून देणारे असतात.

जी. एम्. राव

भविष्याबद्दल विचार करू लागताच काही माणसांना त्यांची स्वप्नं गवसतात.

तुम्हाला काही करता आलं तर तुम्ही काय कराल? जर पैसा हा अजिबात महत्त्वाचा नसेल तर तुम्ही काय कराल? यशाची जर खात्री असेल तर तुम्ही काय कराल? तुम्ही कुठलाही प्रश्न विचारला किंवा तुम्ही तुमच्या हेतूविषयी प्रश्न विचारला तर विश्वाकडूनच तुम्हाला तुमच्या प्रश्नाचं उत्तर मिळेल. हे उत्तर तुमच्या अंतर्मनातून येत नाही. नाहीतर तुम्हाला ते आधीच मिळाले असते, हे उत्तर विश्वाच्या मनातून मिळते.

लेन बीचले

आपल्यापैकी अनेक जण आपलं स्वप्न कोणतं किंवा आपलं उद्दिष्ट कोणतं हे न ओळखताच जगत असतात. कारण हा प्रश्न स्वत:ला विचारण्यासाठी आपण कधी वेळच काढलेला नसतो. आपल्याला ज्या गोष्टींविषयी प्रेम वाटतं त्याचा शोध घेण्यासाठी वेळ देतात ते महत्त्वाचं आहे. जर तुम्ही तो वेळ दिला नाही, तर तुमची अवस्था बिनशिडाच्या बोटीसारखी असते.

कुठलाही प्रश्न विचारायच्या आधी पूर्ण तणावमुक्त मन अगदी शांत होऊ दे. मग एक प्रश्न विचारा, 'माझ्या आयुष्याचा हेतू काय आहे?' किंवा 'मला खरोखरच काय करायचे आहे?' किंवा 'मी येथे का आहे?' मनातून उत्तर देण्याचा प्रयत्न करू नका. प्रश्न हवेतच रेंगाळत राहू दे. काही क्षण शांत बसा, तुमच्याकडे काय येत आहे त्याकडे लक्ष द्या. त्या दिवशी तुम्हाला काय करावंसं वाटत आहे त्याची विशेष दखल घ्या.

उत्तर एखाद्या विजेसारखे तुमच्या मनात चमकून जाईल, विशेषत: तुम्ही एखाद्या गोष्टीवर लक्ष केंद्रित केलेले असेल तर उत्तर मिळाल्यानंतर, त्यावर पुन्हा विचार करू नका. पण त्या उत्तराच्या दिशेने एक छोटं पाऊल कसं उचलता येईल याचा विचार करा.

लेर्ड हॅमिल्टन

ही गोष्ट आपला आतला आवाज ऐकण्याविषयी, आत जाण्यासाठी व स्थिर राहण्याविषयी आहे. जंगलात जा नाहीतर खोल समुद्रात जा. अशा ठिकाणी जा जिथे तुम्हाला ते ऐकू येईल. तुम्हाला तुमच्या अंतर्मनातूनच ते ऐकू येईल. जे तुमच्यातच आहे, ते तिथेच होते. तुम्हीच ते कुठेतरी आत खोलवर ठेवून दिले होते.

जॉन पॉल डेजोरिया

जर कधीकाळी तुम्ही विश्वाला सामोरे गेलात तर ते तुमच्या समोर येईल.

सारा बर्कलेला माहीत होतं की, लाखो डॉलर्सचा उद्योग तिला करायचा आहे. तिला तेवढंच माहीत होतं, म्हणून साराने लाखो डॉलर्सच्या कल्पनेची विचारणा केली. एक दिवस कपडे घालत असताना तिला कपड्याबद्दल अडचण आली आणि साराला नव्या प्रकारच्या अंतर्वस्त्रांविषयी कल्पना सुचली. त्या कल्पनेतूनच 'स्पँक्स'चा जन्म झाला. आता ही कंपनी लाखो डॉलर्स कमावते.

पीटर बरवॉश

दुसरा मार्ग हा आहे की, खऱ्या उद्योजकाच्या मार्गाने जा. जो विचारतो, 'जगाची काय गरज आहे. या क्षणाला जगाला काय हवे आहे?'

मस्टिन किप

'लोकांना असणारी एखादी समस्या किंवा एखादी अडचण मी कशी सोडवू?' हा प्रश्न विचारा व त्याचं उत्तर तुमच्या मनात असलेल्या भावनेशी जुळत असेल तर तुम्हाला नक्की यश

मिळेल. आध्यात्मिक, भावनिक व आर्थिकदृष्ट्याही हा अत्यंत किफायतशीर मुद्दा आहे.

पॉल ऑरफेलिया

'किंकोज' एका प्रश्नातून निर्माण झाली. तुम्ही जर प्रश्न विचारणे बंद केले असेल तर पुन्हा विचारणं सुरू करा.

पॉल ऑरफेलियाप्रमाणे, ज्याने 'किंकोज' सुरू केले. किंवा सारा बर्कलेप्रमाणे जिने 'स्पँक्स' सुरू केले. सर्व उद्योजक प्रश्न विचारतात. उद्योजकांना योग्य वेळी योग्य कल्पना जशाप्रकारे सुचते आणि जगाला नेमके हेच हवे असते. या कल्पनेतूनच प्रचंड यशस्वी कंपन्या निर्माण होतात.

तुम्हाला जर कधीही काही प्रश्न विचारायचा असेल तर, तुम्हाला जी माहिती हवी आहे कल्पना, उपाय किंवा तुम्हाला जो निर्णय हवा आहे त्याविषयी प्रश्न विचारा. वैश्विक मनाकडूनच तुमच्याकडे उत्तर येईल. एखाद्या विजेसारखे ते तुमच्या मनात चमकून जाईल. या अद्वितीय शक्तीला आपलंसं करण्याची तुमची क्षमता वाढवा!

पीटर बरवॉश

योग्य दिशा मिळविण्याचा एक मार्ग. कागदाचे दोन तुकडे घ्या. एका कागदावर जे तुम्हाला चांगलं जमतं ते लिहा व एका कागदावर तुम्ही आयुष्यात काय करू शकता ते लिहा. दोन्ही कागद हातात घेऊन त्यातील गोष्टी एकमेकांशी जुळवता येतात का ते बघा.

मस्टिन किप

जे लोक तुम्हाला हव्या त्या मार्गावरून जात आहेत किंवा त्या मार्गावरून परत येत आहेत, त्यांना शोधा, त्यांना विचारा, 'तुम्ही हे कसे केले?' जे तुमच्या मार्गावरून जात आहेत त्या लोकांच्या संगतीत राहा. जास्तीत जास्त माहिती घ्या. पुस्तकं/डिव्हिडी/सीडी काहीही असो. कारण तुम्ही ते कराल तेव्हा तुम्ही जगातील मोठ्या लोकांसारखाच विचार करीत असता.

लेन बीचले

तुमचा विचार स्पष्ट हवा. स्पष्टताच तुम्हाला शक्ती देते. तुम्हाला जे हवे आहे त्याविषयी पूर्ण स्पष्टता येईपर्यंत वेळ घ्या, मग त्या दिशेने पाऊल टाका. जर तुम्हाला काय हवे आहे तेच माहिती नसेल तर जीवनच तुमच्यावर हुकमत गाजवू लागेल. जीवनाला माझ्यावर मी कधीही हुकमत गाजवू दिली नाही.

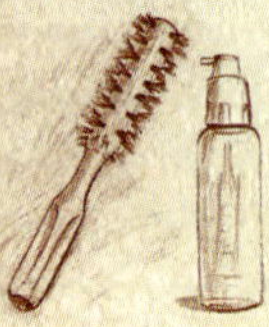

जॉन पॉल डेजोरिया

तुम्ही जर एखादं स्वप्न पाहत असाल व काहीच घडत नसेल तर तुम्हाला जे मिळवायचं आहे ते लिहून काढा. तुम्ही सकाळी उठल्यावर ते तुमच्या समोर ठेवा. या ना त्या पद्धतीने तुम्ही त्यावर मन एकाग्र केले तर मन तुम्हाला त्या दिशेने घेऊन जाईल. मनात ज्या कशाचा उदय होईल त्याच्यावर ते विश्वास ठेवेल, ते ते मिळवेलच. जे जे काही तुमच्या मनात असेल, ते ते सगळं घडेल.

पीट कॅरॉल

हे काही रॉकेट सायन्स नाही. माझ्या मते जे तुम्हाला हवे आहे त्याविषयी अत्यंत जाणीवपूर्वक निर्णय घेणे हे महत्त्वाचे आहे. ही

दूरदृष्टीच विश्वातील सर्व शक्तींना काम करण्यासाठी गती देते. त्यातून आपल्याला जे हवे ते मिळते.

तुम्हाला काय हवं आहे ते जरी तुम्हाला कळलेलं नसेल तरी काही गोष्टी अशा आहेत, की ज्या तुम्ही आत्ताच करू शकता. त्यातून तुमचं स्वप्न साकारायला सुरुवात होईल. तुम्ही आत्ता जे करीत आहात त्यासाठी तुमच्यातील सर्वोत्तम द्या. तुम्हाला वेगळंच काहीतरी करायचं आहे हे जरी तुम्हाला माहिती असेल. तरी तुमच्या कामात पूर्ण लक्ष द्या. तुमच्यातील सर्वोत्तम द्या. त्यामुळे तुम्ही आत्ताच्या कामापेक्षा प्रत्यक्षात मोठे व्हाल, तुमच्या स्वप्नांकडे नेणारी दारं उघडतील.

लेर्ड हॅमिल्टन

माझ्या आईने मला शिकविले की तुम्ही जे कराल, मग ते काहीही असो, तुमची सर्वोत्तम शक्ती वापरून करा. तुम्ही झाडूवाले असलात तरी उत्तम झाडा.

जॉन पॉल डेजोरिया

माझ्याकडे किती पैसे आहेत यावर यश अवलंबून नाही. तुम्ही ती गोष्ट किती चांगल्या प्रकारे करता यावर अवलंबून आहे. तुम्ही सफाई कर्मचारी असा, उद्योजक असा किंवा वैमानिक असा. तुम्ही ती गोष्ट कशी करता, यावरच तुमचे यश अवलंबून आहे.

मोठी स्वप्ने व छोटी स्वप्ने

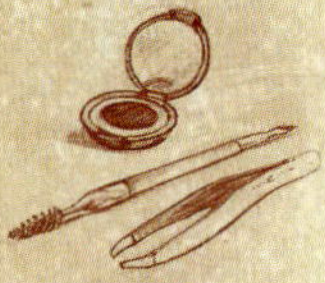

ॲनास्टाशिया सोर

स्वप्ने छोटी असली तरी काहीच बिघडत नाही. मोठी स्वप्ने त्या माणसांसाठी असतात, जी त्या स्वप्नांसाठी त्याच्याकडे असलेल्या सर्व गोष्टी पणाला लावायला तयार असतात. काही स्वप्नं लहान असतात, काही मोठी असतात, काही अशक्य वाटणारी असतात. काही माणसंच स्वप्नांसाठी वेडी होऊ शकतात.

मायकेल ॲक्टन स्मिथ

अनेक माणसांना त्यांच्या आयुष्यात मोठी स्वप्नं पडत नाहीत. त्यांना आत्मविश्वास नसतो. त्यांना वाटतं थरारून टाकणाऱ्या गोष्टी दुसरी माणसंच करू शकतात. पण मोठी स्वप्नं पडणं हे महत्त्वाचं आहे, कारण त्यामुळे आयुष्य थरारक बनू शकते. जर मोठी स्वप्नं पडलीच नाहीत तर ती सत्यातही येऊ शकत नाहीत.

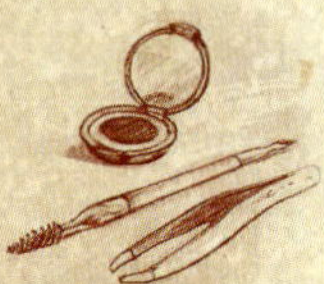

ॲनास्टाशिया सोर

एखादी गोष्ट मिळविण्यासाठी किती द्यायला लागतं याचा लोकांनी विचार करायला हवा. जीवनातली प्रत्येक गोष्ट ही बँकेतील खात्यासारखी असते. तुम्ही जेवढे घालाल, तेवढे परत मिळेल. थोडं घालायचं (करायचं) मग जास्त मिळेल. अशी अपेक्षा करायची, हे करू नका. असं घडू शकत नाही.

काहींची स्वप्नं सुरुवातीपासूनच मोठ्ठी असतता. तर काहीजण लहानशा स्वप्नांपासून सुरुवात करतात. पण ती स्वप्नं त्यांनी कधी कल्पनाही केली

नसेल इतकी मोठी होतात. त्या वेळी आपल्याला झेपेल असंच स्वप्न बहुधा आयुष्य आपल्याला दाखवते.

जी. एम्. राव

जिगसॉ पझलच्या तुकड्यांप्रमाणे, छोटी स्वप्नं मोठ्या स्वप्नांमध्ये रूपांतरित होतात. सुरुवातीला, स्वप्नं बघणंही अवघड असतं. पण लक्षात घ्या अगदी महात्मा गांधींनीसुद्धा मोठी स्वप्नं बघून सुरुवात केली नाही. त्यांना जे घडवायचे होते, त्याच्या मर्यादांपलीकडे दर वेळी जाण्याचा प्रयत्न त्यांनी केला आणि काय आश्चर्य - सर्वात मोठी गोष्ट घडून आली.

जेव्हा तुम्हाला तुमचं स्वप्न मिळतं आणि तुम्ही ते साकार करता तेव्हा तुम्ही बघितलेली इतर लहान स्वप्नं ही खरी होतात. माझ्या लहानपणी माझं स्वप्नं होतं की, दुसऱ्या देशात राहायचं. मला रोमांचकारी अनुभव हवा होता. मला अनोळखी अशा देशात राहायचं आव्हान पेलायचं होतं - मला माहीत नसलेल्या संस्कृतीचा चित्तथरारक अनुभव घ्यायचा होता. जेव्हा माझं '*द सिक्रेट*' चं स्वप्न पूर्ण झालं, तेव्हा माझ्या कामामुळे मला ऑस्ट्रेलियाहून अमेरिकेला जावं लागतं आणि म्हणून बाजूला राहिलेलं माझं छोटं स्वप्नही त्याच वेळी पूर्ण झालं. स्वप्नं अशी एकमेकांना चिकटूनच असतात. एक खरं झालं की इतरही प्रत्यक्षात येतात.

तुम्हाला तुमचं स्वप्न मिळो किंवा न मिळो. एक अत्यंत साधी सूचना, तिचा जर अवलंब केलात तर ती तुम्हाला खात्रीने तुमच्या स्वप्नांच्या दिशेने घेऊन जाईल.

FOLLOW YOUR BLISS

तुमच्या आनंदाच्या पाठीमागे जा

जोसेफ कँपबेल हा जगप्रसिद्ध मिथ्यकथांचा अभ्यासक होता. त्याच्या दिव्य शिकवणीतून आपल्या आयुष्यासाठी एक साधा पण महत्त्वाचा संदेश दिला आहे.

''तुमच्या आनंदाच्या पाठीमागे जा.''

हे चार शब्द तुमच्या आयुष्याचा आलेख आहे. प्रत्येक क्षणी कुठली दिशा घ्यायची हे तुम्हाला या शब्दातून समजेल. जे करायला तुम्हाला अत्यंत आवडतं, तेव्हा जी भावना असते तो खरा आनंद आणि हा अनुभवच तुमच्या स्वप्नांना जोडणारा धागा आहे. म्हणून तुम्ही तुमच्या परमानंदाचा माग घेतलात की आपोआपच तुम्हाला तुमच्या स्वप्नांचा शोध लागेल. या पृथ्वीवर आल्याचा हेतूही सफल होईल.

आपल्याला उद्योजक व्हायचे हे निक वुडमनला माहीत होते. कुठला व्यवसाय करायचा हे त्याला कळत नव्हतं. आपल्या मित्रांबरोबर इंडोनेशिया व ऑस्ट्रेलियात सर्फिंग करताना त्याला त्याच्या आनंदाचे निधान सापडले.

तो व त्याचे मित्र सर्फिंग करतानाचे क्षण कॅमेऱ्यात बंदिस्त झाले तर किती चांगले होईल असा विचार निक करीत होता. विचारांचे हे छोटे बीज पुढे गो प्रो कॅमेऱ्याच्या कंपनीच्या रूपाने मोठे झाले. त्यामुळे निक वुडमन पुढे जगातही मोठा कोट्यवधी डॉलर्सचा मालक झाला.

आनंदातून आनंदच जन्माला येतो

ज्या वेळी तुम्ही परमानंदात असता व तुमच्या आवडीची गोष्ट करीत असता त्या वेळी तुमच्यातून अत्यंत शक्तिमान व आकर्षक अशी ऊर्जा प्रक्षेपित होते. त्या शक्तिमान ऊर्जेतून तुम्हाला आणखी आनंद मिळतो. ज्या वेळी तुम्ही या परमानंदात असता त्या वेळी तुमचं स्वप्न तुम्हाला मिळालं तरी तुम्ही त्याच मार्गावर असता. जो तुम्हाला त्या स्वप्नापर्यंत नेतो.

लेन बीचले

असं काहीतरी निवडा की जे करताना रोज तुम्हाला आनंद होईल. किती माणसं हे करतात? किती माणसांना कळतं की कशाने त्यांना आनंद होतो व त्यासाठी ते रोज वेळ देतात.

ज्या गोष्टीमुळे तुम्हाला रोज आनंद होईल ते करायचे तुम्ही निवडता तेव्हा खरोखरच तुम्ही तुमच्या आनंदाचा मागोवा घेता. ही गोष्ट कुठलीही असो, अगदी एखाद्या बागेत बसणं किंवा पाय मोकळे करण्यासाठी हिंडणं, तुम्हाला आवडणारी कॉफी पिणं, धावत पळत ती पिण्याऐवजी खाली बसून, खोल श्वास घेऊन येणाऱ्या जाणाऱ्यांकडे बघत सावकाश कॉफी पिणे इ. तुम्ही करीत असलेली गोष्ट कितीही कमी महत्त्वाची किंवा छोटी असो. का तुमच्या कल्पनेतील आनंद या गोष्टी करताना तुम्हाला मिळतोच याची पक्की खात्री करा. तुमच्या लक्षात यायच्या आधीच, आनंद होणाऱ्या अनेक गोष्टी

करण्याची तुम्हाला प्रेरणा मिळेल आणि त्या गोष्टी करता करता तुम्हाला तो धागा सापडेल जो तुम्हाला तुमच्या स्वप्नांकडे व अधिक चांगल्या आयुष्याकडे नेईल.

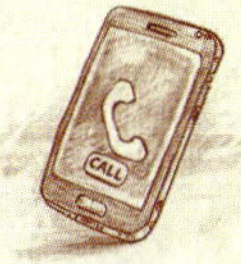

पीटर फोयो

मला वाटतं तुम्ही तुमचं आयुष्य नक्कीच पूर्णपणे जगलं पाहिजे.

मायकेल ॲक्टन स्मिथ

आपले कुटुंब, आपले नातेवाईक यांच्याबरोबरच आपण जे काम करतो तो आपल्या आयुष्यातील महत्त्वाचा भाग आहे. तुमच्या आयुष्यातील जागेपणाचे काही तास तुम्ही या कामात काढता. म्हणूनच ते आनंददायी असलं पाहिजे. ज्याच्याबद्दल तुम्हाला कळकळ वाटते, ज्यात तुम्हाला रस वाटतो असे काहीतरी ते असायला हवं.

जॉन पॉल डेजोरिया

मी जे करतो ते मला आवडतं, अन्यथा मी ते केलंच नसतं.

जी. एम्. राव

पैसे व सुरक्षितता ही प्रत्येकासाठीच महत्त्वाची आहे. व्यक्तिश: समाधान व तुम्ही करीत असलेल्या त्या विशिष्ट गोष्टीबद्दलची आत्मीयता ही अधिक महत्त्वाची आहे. म्हणूनच स्वप्न बघणं महत्त्वाचं आहे.

जर तुमचं काम पूर्ण वेळाचं असेल, तर तुम्ही वर्षातील २५० दिवस कामात असता. म्हणजे वर्षाचा १/३ भाग. या काळात जर तुमचं मन प्रज्वलित

झालं नाही, भावना उत्तेजित झाल्या नाहीत, तर तुम्ही तुमच्या आयुष्यातील महत्त्वाचे दिवस वाया घालवित आहात.

> ''तुमचं काम हा तुमच्या आयुष्याचा मोठा भाग आहे. त्यातून पूर्ण समाधान मिळण्यासाठी तुम्ही एकच गोष्ट करू शकता ती म्हणजे मोठं काम. आणि मोठं काम करणं म्हणजे तुम्हाला जे आवडतं ते करणं. जर तुम्हाला ते अजूनही सापडलं नसेल, तर त्याचा शोध घेत राहा – थांबू नका.''
>
> ***स्टीव्ह जॉब्ज्***
>
> *ॲपल इनकॉर्पोरेशनचा सहसंस्थापक*

तुम्ही जर घरीच लहान मुलांचे संगोपन करीत असाल, तर त्या महत्त्वपूर्ण वेळातील काही भाग तुमच्या आवडत्या कामाचा असेल याची खात्री करा, आणि जितक्या जास्त वेळा तुम्हाला ते करता येईल तेवढं ते करा. मी मुलांना वाढवत असताना मला एखादा सृजनशील पर्याय हवा होता म्हणून मी स्वत:ला स्वयंपाकात झोकून दिलं. त्यासाठीचं प्रशिक्षण घेतलं, पुस्तकं आणली. त्याचा सराव केला व मला माहीत असलेल्या स्वयंपाकाच्या प्रत्येक पद्धतीत नैपुण्य मिळविली. स्वयंपाक हा माझा आनंदाचा भाग बनला. मी जेव्हा दूरचित्रवाणीच्या माझ्या कामात परतले, तेव्हा दूरचित्रवाणीवरचा पहिला कार्यक्रम स्वयंपाकाविषयी होता आणि मी जे शिकले होते त्यामुळे हा कार्यक्रम फारच यशस्वी झाला. त्याच्या यशामुळे दूरचित्रवाणीवरील माझी निर्माती म्हणून कारकीर्द भरभराटीला आली.

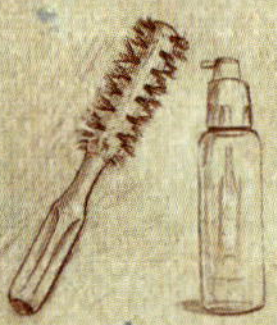

जॉन पॉल डेजोरिया

जेव्हा तुम्हाला एखाद्या गोष्टीबद्दल आत्मीयता असते आणि तुम्हाला जे आवडतं ते तुम्ही करता, तुम्हाला ते हवं आहे म्हणून तुम्ही करता. करणं तुम्हाला भाग आहे म्हणून नव्हे, तेव्हा तुम्ही ते नक्कीच जास्त चांगलं करता, कारण तुम्ही ते प्रेमाने करता.

काही कारणांमुळे अनेक जण आनंद आपल्या कामापासून वेगळा करतात. आपण जे रोज करतो ते प्रेमाने करीत नाही. पण आयुष्य असंच असायला हवं असं नाही. असे काही आनंदी लोक आहेत आणि त्यांचं स्वप्न जगत आहेत. त्यांच्यामुळे असं दिसतं की तुम्हालाही हे करणं शक्य आहे. तुमच्या स्वप्नातील काम कुठलं आहे, हे माहिती असायलाच हवं असं नाही. कारण तुमचा आनंद त्या कामाशी जोडला गेला आहे म्हणून एकच करायला हवं की आनंदाचा मागोवा घ्या. तोच तुम्हाला तुमच्या स्वप्नांकडे नेईल.

जी. एम्. राव

मला काम करायला हवं म्हणून मी काम करीत नाही. मी काम करतो कारण त्यातून मला आनंद मिळतो. माझ्यासाठी काम हीच देवपूजा आहे. कारण ते एका विशिष्ट हेतूने केलेले असते. त्यातून आनंद मिळतो, समाधान मिळतं – फक्त मलाच नाही तर माझ्या आजूबाजूच्या इतरांनाही.

लिझ मरे

मला वाटत नाही की मी कधी असं म्हटलं आहे की, 'मी कामावर जात आहे.'

'मी कामावर जात आहे.' असं कधीही म्हणायची वेळ येणार नाही असं काम कुठलं, असं तुम्हाला वाटतं. तुम्हाला ज्याबद्दल आत्मीयता आहे त्याला व तुमच्यातील विशेष प्राविण्याला स्पर्श करणारं ते असलं पाहिजे. तुम्हाला त्यातून पैसा मिळो किंवा न मिळो तुम्ही ते काम करालच असं हवं.

लिझ मरे

मी जे करते त्यात मजा यायला हवी. जर मला त्यातून मजा आली नाही, ते करताना मला थरार वाटला नाही, जर त्यात काही जादू आहे असं मला वाटलं नाही, तर ते काम मी करूच शकत नाही.

ज्या गोष्टी करताना मी लहान असताना ख्रिसमसच्या सणाच्या दिवशी सकाळी उठताना जशी अधीरता वाटायची तशी वाटत असेल, तरच मी त्या गोष्टी करते. जर एखाद्या गोष्टीची भीती वाटत असेल किंवा ती संपावी असं वाटत असेल, तर त्या कामात काही बदल हवा आहे, याचं ते चिन्ह आहे.

मायकेल ॲक्टन स्मिथ

माईक कँडीमध्ये आम्हाला अशा लोकांबरोबर काम करायला आवडते जे स्वत:ला फार गंभीरपणे घेत नाहीत आणि ज्यांना काम करताना मजा येते. काम म्हणजे काही जीवन नाही किंवा मृत्यूही नाही, जरी काही लोकांना असं वाटलं तरी ते तसं काहीच नाही. मला वाटतं जेव्हा तुमच्या कामात मजा येते तेव्हा तुम्ही जीवनाचा आनंद लुटता, तुमचं मनही अगदी चिंतामुक्त होतं.

''श्रीमंत होणं हा माझा उद्देशच नव्हता. आयुष्यातील मजा व आव्हान हे मला हवे होते. अजूनही मला तेच हवे आहे. पण मला असं कळून चुकलं आहे की जरा मजा आली तर पैसेही त्या मागोमाग येतात.''

सर रिचर्ड ब्रॅन्सन
उद्योजक/बिझिनेस मॅग्नेट

स्वत:शी प्रामाणिक राहा

जर तुमच्या कामात आनंद असेल तर, तुम्ही आनंदी होता. जे काम तुम्हाला आवडतं, ते करण्याऐवजी जे काम करणं गरजेचं आहे असं तुम्हाला वाटतं, ते करणं हा अप्रामाणिकपणा आहे. ज्यांना त्यांच्या पालकांनी, शिक्षकांनी, समाजानं किंवा अगदी मित्र/सहकाऱ्याने सांगितलेले काम करावे लागते अशी माणसं दु:खी असतात. जगभर ज्या पद्धतीने मानसिक आरोग्याचे प्रश्न वेगाने

वाढत आहेत, ते ह्याचेच पुरावे आहेत. इतर जण काय विचार करतील, हा विचार करू नका. तुम्हाला हव्या असणाऱ्या आनंदाचा मार्ग पत्करा, तुम्ही अत्यंत आनंदी व्हाल.

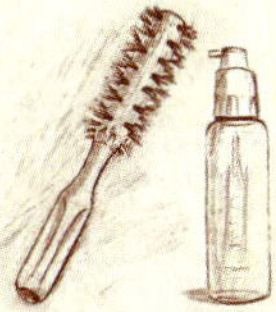

जॉन पॉल डेजोरिया

पारंपरिक किंवा सर्वांच्या सहमतीच्या गोष्टी एखाद्याला कराव्याशा वाटत नाहीत. पण तुम्हाला जर आनंद होत असेल तर नि:शंकपणे त्या गोष्टी करा. स्वत:शी प्रामाणिक राहिल्याने खूपच चांगले घडते.

मायकेल ॲक्टन स्मिथ

मी विद्यापीठ सोडले, मला एक चांगली नोकरी मिळाली आणि माझ्या लगेचच लक्षात आले की ती माझ्यासाठी नाही. ती माझ्या आत्म्याला साद घालू शकत नाही. माझ्या लक्षात आलं की मी कधीच नोकरी करू शकणार नाही.

जी. एम्. राव

जेव्हा तुम्ही एखाद्या स्वप्नाच्या मागे जाल तेव्हा, अनेक दिशांनी तुम्हाला मागे ओढलं जाईल. तुमचं कुटुंब, मित्र, समाज सर्व जण. माझ्या बाबतीत अशा अनेक परिस्थितीतून मी गेलो. उदा. आमच्या कुटुंबाच्या व्यवसायात माझ्या भावांबरोबर माझी भागीदारी होती. त्यांची ध्येयं वेगळी होती. माझी स्वप्नं साकार करण्यासाठी मी भागीदारी मोडली.

जी. एम्. रावांकडे त्यांचं स्वप्न साकार करण्याचं धाडस होतं. बघा त्यांनी त्यांच्या आयुष्याचं कसं सोनं केलं ते. त्यांनी विमानतळ, महामार्ग, रुग्णालये इ. बांधली. भारतात अनेक शहरं वसविली, त्यांनी त्यांच्या देशात सुधारणा केल्या. लाखो लोकांच्या आयुष्यात त्यांनी प्रकाश आणला. त्यांनी त्यांच्या आनंदाचा मार्ग आक्रमण्याचा निर्णय घेतला म्हणून.

आपल्याला जी गोष्ट करायला आवडते आणि जिच्यामुळे बहुसंख्यांच्या विरोधात जायला लागतं ती करायला नेहमीच धाडस लागतं. इतरांना खूश ठेवण्याचा प्रयत्न करू नका, त्या प्रलोभनाला बळी पडू नका. स्वत:शी प्रामाणिक राहा. इतरांना आनंदी करण्याचं काम तुमचं नाही. कारण त्यांनी त्यांचं आनंदी व्हायला हवं. हे आयुष्य तुमचं आहे. तुम्ही तुमचा मनपसंत मार्ग शोधा. तुमच्यामध्ये एक विशेष गोष्ट आहे. एक हुशारी/प्राविण्य आहे आणि त्याचा वापर करण्याची जबाबदारी तुमची स्वत:ची आहे.

> ''तुम्हाला आवडतं ते काम करा. केवळ रेझ्युमेवर चांगले दिसतील म्हणून न आवडणाऱ्या नोकऱ्या करणं म्हणजे माझ्या मते वेडेपणा आहे. आपलं थोडं कामजीवन म्हातारपणासाठी राखून ठेवण्यासारखं, हे नाही का?''
>
> ***वॉरन बफे***
>
> *गुंतवणूकदार - बिझिनेस मॅग्नेट*

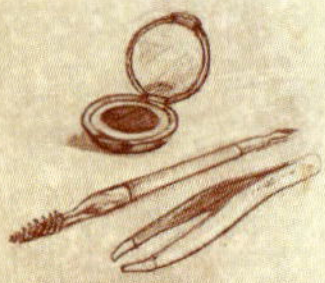

ॲनास्टाशिया सोर

तुमच्या जीवनात डोकवा. तुम्ही जिथे आहात त्यात आनंदी असाल तर ते तुमच्यासाठी चांगलं आहे. जर आनंदी नसाल, तर त्याचं विश्लेषण सुरू करा. 'ओके, मी कशामुळे आनंदी होईन? माझ्या नोकरीत मी सुखी नाही.' ठीक, मग नोकरी बदला.

जर बदल करायचा असं तुम्ही ठरविलं, पण कसा करायचा माहीत नाही तर सर्वात पहिली आणि मोठी गोष्ट ही आहे की तुमच्या आनंदाच्या मार्गावरून चालायला सुरुवात करा.

ॲनास्टाशिया सोर

तुम्ही एक अकाऊंटंट आहात आणि पूर्ण असमाधानी आहात. कदाचित, तुम्हाला स्वयंपाकात रस असेल. जा व शेफ व्हा. तुमची नोकरी लगेच सोडू नका. कारण तुम्हाला तुमचा उदरनिर्वाह करायचा आहे. पण योजना करा, 'मी ही नोकरी अर्ध वेळच करेन.' तुम्हाला नियोजन करायला हवे. मी मिळवलेली पै न् पै माझ्या स्वप्नपूर्तीसाठी वापरली जाईल याची मी खात्री करत असे. तुम्हाला पैशाचा आधार नसेल तर बिल न चुकवता येण्यामागचा ताण तुमचं स्वप्न उद्ध्वस्त करेल.

ॲनास्टाशियाला कुटुंब चालवायचं होतं. म्हणून तिने मोठी उडी घेण्याआधी दोन वर्षे घालविली. आता तिची कंपनी जागतिक पातळीवर जाण्याइतकी मोठी झाली. ती तिच्या स्वप्नातलं आयुष्य जगते आहे. जर तिने योजना करून स्वप्नांचा मागोवा घेतला नसता तर ती कोणाच्यातरी सलोन मध्ये १४ तास काम करीत राहिली असती.

तुमच्या आनंदाचा मार्ग धरण्यासाठी तुम्ही आत्ता याक्षणी अनेक गोष्टी करणं सुरू करू शकता. जे करणं तुम्हाला आवडतं त्याविषयीचे विनामूल्य अभ्यासक्रम करा. पुस्तकं, मासिकं वाचा. त्यातून तुम्हाला जे करायचं आहे तेच करणाऱ्या लोकांविषयी माहिती मिळेल. त्या क्षेत्रात काम करण्यासाठी तुम्हाला कुठलं काम मिळेल ते कळेल. इंटरनेट, सोशल मीडिया यांचा वापर करा. ब्लॉग्ज् लिहा. संशोधन करा. सर्व जग तुमच्या बोटांवर आहे. इतरांशी जोडलं जाण्याच्या, शोधण्याच्या अनंत संधी उपलब्ध आहेत. तुम्हाला जे करायला आवडतं, त्यात जास्तीत जास्त लक्ष घाला.

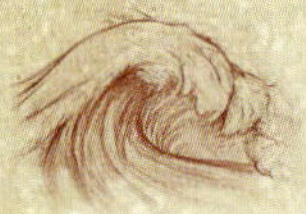

लेर्ड हॅमिल्टन

तुम्ही जे करीत आहात त्यापासून तुम्हाला जे करायला आवडतं, त्या दिशेने कसे जाल? जे करायला तुम्हाला आवडतं, ते करण्यासाठी आर्थिक पाठबळ मिळेल अशी दुसरी एखादी गोष्ट करा. तुम्हाला यातून जे मिळेल त्यातून तुम्ही अचानक तुमच्या आवडीची गोष्ट करायला लागाल आणि तुम्हाला वाटतं त्यापेक्षा कितीतरी वेगाने हा बदल घडून येईल.

मस्टिन किप

तुमच्यावर जर इतर जबाबदाऱ्या असतील तर हळूहळू हा उद्योग सुरू करा. काही कालावधीत तुम्ही मोठी उडी घेऊ शकाल.

''तुमच्या आनंदाचा मार्ग आक्रमा आणि जिथे आधी फक्त भिंती - अडथळे होते त्यातच विश्वाने तुमच्यासाठी दार उघडले असेल.''

जोसेफ कॅम्पबेल

मिथक-तज्ज्ञ

आत्ताच तुम्ही तुमच्या आनंदाच्या मार्गावरून चालणं सुरू करू शकता, कारण आत्तापर्यंतच्या आयुष्यात तुम्हाला जे हवे आहे ते तुम्ही केलेले नाही. तुमच्यामध्ये बॉलरूममध्ये नृत्य करण्याची किंवा सर्फिंगची, समुद्रफेसात बोटिंग करण्याची जबरदस्त इच्छा आहे का? तुम्हाला अभिनय, रंगकाम, बागकाम किंवा कपड्यांची/घरांची सजावट करायची इच्छा आहे का? किंवा जे ऐकल्याने तुम्हाला विलक्षण आनंद होतो असे वाद्यसंगीत शिकण्याची तुम्हाला इच्छा आहे का? तुम्हाला

एखादा विशिष्ट देश फारच भावतो व तेथील भाषा कानावर पडल्यावर तुम्ही आतून हलून जाता का? लहानपणी एखादी गोष्ट करताना खूप आवडायची व पैसे मिळविण्याच्या नादात मोठेपणी ती गोष्ट तुम्ही करू शकत नाही आहात का? तुम्हाला जे नेहमीच हवे होते ते काय आहे?

अनेक माणसांना जे मनापासून हवे आहे त्यावर काम करायला वाव मिळत नाही किंवा अनेक जण त्या गोष्टी बाजूला ठेवतात कारण त्या त्यांना कमी महत्त्वाच्या वाटतात आणि त्यांना मोठ्या वाटणाऱ्या या गोष्टींशी त्यांची काहीच नातं नसतं. खरं तर ती विशिष्ट गोष्ट करण्याची तीव्र इच्छा म्हणजे तुम्हाला आनंदाकडे मार्ग स्वीकारण्यासाठी विश्वाने दिलेले आमंत्रण असते. पृथ्वीवरच्या आयुष्याचा विचार केला तर या गोष्टीशी जोडले जाण्यात काहीच तथ्य आढळत नाही. पण तुमची स्वप्नं पुरी करण्याचा मार्ग त्या वैश्विक मनाला दिसत असतो.

जी गोष्ट तुम्हाला हलवून सोडते

तुम्ही कशाकडे आकर्षिले जाता? कुठली गोष्ट तुम्हाला हलवून सोडते? तुम्हाला काय करण्याची इच्छा तीव्र सदोदित होती? त्या तीव्र इच्छेचा पाठपुरावा करा. आनंदाचा मार्ग अनुसरा, कारण जरी तुमच्या स्वप्नपूर्तीचा तो मार्ग आहे असं तुम्हाला वाटलं नाही, तरी तिकडे जाण्याचा तो एक धागा आहे. जसं माझ्या मुलीच्या बाबतीत घडलं तसंच.

ज्या क्षणी माझी मुलगी वाचायला शिकली तेव्हाच माझी मुलगी म्हणाली, ती मोठी झाल्यावर लेखिका होणार. लिहिण्याशिवाय दोन गोष्टींची तिला सर्वात जास्त आवड होती. निसर्गाच्या सान्निध्यात राहणे व घोडेस्वारी करणे या

तीनही गोष्टी तिने लहानाची मोठी होइस्तोवर चालू ठेवल्या. पण जेव्हा ती अमेरिकेत गेली तेव्हा तिला तिचे घोडे मागे ठेवून जावे लागले.

नव्या ठिकाणी, तिची लिहिण्याची आवडही मागे ठेवावी लागली आणि एका दुसऱ्याच मोठ्या स्वप्नाने तिचा ताबा घेतला – आपला परिपूर्ण सहकारी मिळविणे व कुटुंब वसविणे, याचा. आपल्याला हव्या अशा जोडीदारात काय हवे याची तिने यादीच केली. पण कित्येक महिने तिला असा कोणीच भेटला नाही.

मग तिने आपल्याला आनंदाकडे नेणारा मार्ग अनुसरायचे ठरविले. तिने घोडेस्वारी सुरू केली. पुन्हा लिहायला सुरुवात केली. निसर्गाच्या सान्निध्यात एक छोटं घर तिने विकत घेतलं. या छोट्या घरात तिला खूप काम करावे लागे, पण निसर्गाच्या सान्निध्यात असल्याने ती त्यात अत्यानंदात जगत होती.

आणि अचानक माझ्या मुलीला तिचा आनंदाचा मार्ग गवसला. तिच्या वर्गात तिला एक नवा घोडा स्वार होण्यासाठी मिळाला. ज्याक्षणी ती त्याच्यावर स्वार झाली त्याक्षणी ते एकमेकांशी एकरूप होऊन गेले. तिला तिच्या स्वप्नातील घोडा मिळाला होता. थोडे थोडे पैसे देऊन – तिला जमेल तसे – तो घोडा विकत घेण्याची तिला संधी मिळाली. मुलांसाठी एखादे पुस्तक लिहावे, अशी तिला कल्पना सुचली. तिने ते पुस्तक लिहून पूर्ण केले. ती अत्यानंदात होती. तिच्याकडे तिच्या स्वप्नातील घोडा होता, ती निसर्गाच्या सान्निध्यात राहात होती, शेवटी तिने पुस्तकही लिहिले.

आणि त्याच काळात, या आनंदाच्या काळातच माझ्या मुलीला तिच्या स्वप्नातील जोडीदारही मिळाला. हव्या असलेल्या जोडीदाराचे स्वप्न पूर्ण झाल्यावर तिचं लेखिका बनण्याचे आयुष्यभराचे स्वप्नही पूर्ण

झाले. एका मोठ्या प्रकाशकाने तिचे पुस्तक प्रकाशित करण्याला होकार दिला. या सगळ्याची वरकडी म्हणजे तिचं छोटं घर अगदी मोडकळीला आलेलं असताना तिचा जोडीदार हा एका बांधकाम व्यावसायिकाचा मुलगा निघाला.

तुम्हाला सर्व काही मिळेल. तुम्ही ज्या आनंदाचा विचार करता ती गोष्ट मोठं स्वप्न होणं हे अगदीच विसंगत वाटत असेल पण आनंदाच्या मार्गाने जा, पूर्ण अंत:करणाने ते करा. जरी तुम्हाला तो मार्ग पूर्णपणे दिसत नसला तरी त्या आनंदमार्गाचा धागा तुमच्या सर्व मोठ्या स्वप्नांना जोडला जाईल.

भाग दोन

नायक

BELIEF

विश्वास

लेन बीचले

सरतेशेवटी, आपण आयुष्यात काहीही मिळवायचे असेल तर, आपण हे करू शकू याचा तुम्हाला विश्वास हवा. या विश्वासाच्या बळावरच मी अनेक जागतिक पदके जिंकू शकले.

लेर्ड हॅमिल्टन

तुम्हाला विश्वास ठेवायला हवा की सर्व काही शक्य आहे. तुम्ही ते करू शकता.

स्वत:वरचा विश्वास ही तुमच्याकडे असणारी नायक होण्याची सर्वात मोठी शक्ती आहे. ती शक्ती तुम्हाला कुठल्याही अडचणीतून बाहेर काढेल. तुम्हाला तुमचं स्वप्न पूर्ण करण्यात मदत करेल.

दक्षिण कॅलिफोर्निया विद्यापीठात मुख्य प्रशिक्षक म्हणून काम करताना पहिल्याच मोसमात पीट कॅरालला एका तरुण भावी खेळाडूला शिकविण्याची संधी मिळाली. ज्याची क्षमता वाया जात होती. प्रश्न असा होता की हा

खेळाडू सतत स्वत:बद्दल नकारात्मक बोले. त्यामुळे त्याच्या खेळावर त्याचा गंभीर परिणाम होई. ज्या वेळी पीटला या खेळाडूच्या चुकांची कल्पना आली तेव्हा त्याने या खेळाडूला स्वत:बद्दलच्या नकारात्मक दृष्टिकोनातून बाहेर काढण्यासाठी आपल्या सहकाऱ्यांबरोबर काम केले.

त्यांच्या योग्य कृतीमुळे या खेळाडूमध्ये आत्मविश्वास निर्माण झाला. दोन मोसमातच या खेळाडूने सर्व कॉलेजांमध्ये सर्वोत्कृष्ट खेळाडूला दिली जाणारी हेसमन ट्रॉफी जिंकली. एनएफएलमध्येही तो चमकला व फूटबॉलच्या या संघात सर्वात महत्त्वाचा खेळाडू असा सन्मान मिळाला. या खेळाडूचे नाव आहे – कार्सन पामर.

पीट कॅरॉल

माझ्या प्रशिक्षणाच्या पेशात मी लोकांना त्यांचे विचार व आत्म विश्वास समजून घ्यायला शिकविले. तो माणूस स्वत:विषयी काय बोलतो हे त्याच्या स्वत:वरील विश्वासाचे सर्वात उत्तम लक्षण आहे. मी सतत स्वत:बद्दल सकारात्मक पद्धतीने बोलण्याची किंमत व त्याचे महत्त्व, यांचे योगदान काय याविषयी सांगत असतो.

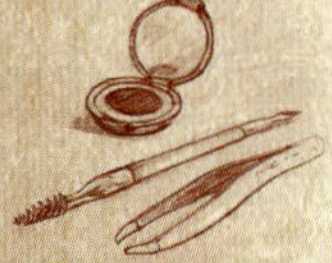

ॲनास्टाशिया सोर

लोकांना मला असा संदेश द्यायचा आहे, 'मी खिशात एकही पैसा नसताना आले. मला इथली भाषाही येत नव्हती, तरीही मी जर हे करू शकले असेन तर कोणीही करू शकेल. फक्त तुमचा स्वत:वर विश्वास हवा, बाकी काहीच नको.

पण जर तुमचा स्वत:वर विश्वास नसेल तर?

तुम्ही स्वत:वर विश्वास ठेवत नाही. याचं एकमेव कारण म्हणजे अजाणतेपणी तुम्ही स्वत:वर विश्वास ठेवायचा नाही, असा विचार करता. तऱ्हेतऱ्हेचे विचार करणे आणि ते खरे आहेत असे मानणे म्हणजे श्रद्धा. तुम्ही स्वत:वर विश्वास ठेवूनच जन्माला आलात आणि मग आज जर तुमचा स्वत:वर विश्वास नसेल तर याचा अर्थ असा आहे की इतरांची तुमच्याविषयीची मतेच जास्त खरी आहेत, हे तुम्ही स्वीकारले आहे, मान्य केले आहे. तुमचा हा आत्मविश्वासाचा अभाव तुम्ही सांभाळला आहे, पण कसा? तर तुमच्या स्वत:बद्दलच्या विचारांनी, स्वत:विषयी बोलण्याने.

मस्टिन किप

'आपल्याला हे शक्य नाही' हा लोकांच्या यशाच्या मार्गातील सर्वात मोठा अडथळा आहे. जर हे शक्य नाही यावर तुमचा विश्वास असेल तर खरंच आहे - सर्वच विश्व तुमच्या विरोधात असणार आहे - हे विश्व वाईटच आहे म्हणून नाही तर त्या विश्वाशी तुम्ही ज्याप्रकारे संवाद साधता त्यामुळे. सगळे विश्वच कसे तुमच्या प्रगतीच्या आड येते. तुम्हाला काम करणं कसं अशक्य आहे याचेच पुरावे तुम्ही शोधत राहता.

अविश्वासाचा मार्ग बदलणे खूप सोपे आहे. तुम्ही आत्तापर्यंत तुमच्या विषयी जो विचार करीत आहात, त्याच्या विरुद्ध विचार करायला लागा. विचार करा की, तुम्ही हे करू शकता. ते करण्यासाठी जे जे लागतं ते सर्व तुमच्यामध्ये आहे. स्वत:ला बजावा की तुमच्यात प्रचंड क्षमता आहेत. आणि वेळ आली की त्या तुम्ही कशा वापरायच्या हे तुम्हाला अगदी माहिती आहे. आणि बजावा की एका वेळी एकच पाऊल टाकण्याची गरज आहे.

तुमचे अंतर्मन

तुम्ही तुमचं स्वप्न नक्कीच साकार करू शकाल, असा विचार तुम्ही केलात तर ते विचार तुमच्या अंतर्मनात रुजतील. तुमचं अंतर्मन हे एखाद्या संगणकासारखं असतं. त्यात तुम्ही अनेक प्रोग्रॅम्स् घातलेले असतात. तुमच्या विचारांचे किंवा तुमच्या विषयी इतर लोकांचे विचार स्वीकारून त्यांचं बोलणं ऐकून आयुष्यभर तुम्ही हेच करीत आला आहात.

मायकेल ॲक्टन स्मिथ
तुम्ही स्वत:वर विश्वास ठेवला नाहीत. तुम्ही काही मिळवू शकाल असा तुम्हाला विश्वास नसेल तर – दुसरं कोणीच हे करू शकणार नाही.

अंतर्मनाचे सर्व प्रोग्रॅम्स् तुमच्या विचारांनीच रुजवलेले असतात आणि या जुन्या विचारांना हुसकावून लावण्याचं काम फक्त विचार आणि विचारच करू शकतात.

तुम्ही एखादी गोष्ट करू शकता असा तुम्ही विचार करायला सुरुवात करता, तेव्हा पहिल्यांदा तुम्हाला तुमच्या अंतर्मनातील भिंतीकडून अडथळा येतो, ते तुम्हाला सांगते की तुमचे विचार खरे नाहीत. पण जर तुम्ही 'आपण हे करू शकतो' या विचाराची बीजे पेरत राहिलात तर तुमचे विचार विश्वासात रूपांतरित होतील आणि तुम्हाला हा प्रोग्रॅमच बदलता येईल.

लेन बीचले
जर ठरवलं, तर कोणालाही आत्मविश्वास मिळवता येतो.

हे आश्चर्यकारक आहे की, अनेक वर्षे - अगदी आयुष्यभर - स्वत:वर विश्वास नसला तरी अगदी सुनियोजित प्रयत्नांनंतर स्वत:वर विश्वास ठेवायला लागायला, अगदी कमी काळ पुरतो.

आपल्या अंतर्मनातील कार्यक्रम बदलायची सर्वात उत्तम वेळ म्हणजे जेव्हा रात्री तुम्हाला झोप येऊ लागते ती वेळ. त्या वेळी तुम्हाला अर्धवट झोप लागत असते आणि तुम्ही अर्धे जागृत असता. आपण काहीही करू शकू या विचारांची बीजे पेरा व तुमचे मन काहीही मिळविण्यासाठी सिद्ध होईल. तुमचं उद्दिष्ट हे असेल की झोप लागण्यापूर्वीचा शेवटचा विचार 'स्वत:वरचा विश्वास, हा असेल, हा विचार अंतर्मनातील अडथळ्यांच्या भिंती मोडून सरळ आत घुसेल. हे अडथळे पार केले की तुमचं मन या विचाराला खरे मानायला तयार होते.

एकदा का तुमच्या अंतर्मनात हा आत्मविश्वासाचा नवा प्रोग्रॅम तयार झाला की त्याला तो तसा पूर्ण करावा लागतो. तुमचा तुमच्यावर विश्वास आहे हे सिद्ध करावे लागते. तुमच्यावर विश्वास ठेवणारी माणसे तुम्हाला भेटायला लागतात. तुम्हाला लोकांकडून पाठिंबा मिळायला लागतो. नव्या योजना आखायला तुम्हाला प्रेरणा मिळते. त्यातून तुमच्या क्षमता सिद्ध होतात व आत्मविश्वास वृद्धिंगत होतो.

जे तुमच्या अंतर्मनात धरून ठेवलेले असते, तेच तुमच्या आयुष्यात घडते. कारण तुमच्या अंतर्मनातील कोणताही नवीन कार्यक्रम लगेच वैश्विक मनाकडे पाठविला जातो. एकदा का विश्वाला सूचना मिळाल्या की तुमचा ज्यावर विश्वास आहे तेच तुम्हाला मिळेल याची खातरजमा केली जाते. म्हणूनच आता तुम्हाला समजेल की, 'ज्याच्या मनात जे जन्म घेते व ज्यावर त्याच्या मनाचा विश्वास आहे, ते तो मिळवू शकतो' असे का म्हटले आहे ते.

जी. एम्. राव

समाजात उपयुक्त ठरेल असे काम करण्याच्या माझ्या स्वप्नावर माझा पूर्ण विश्वास होता - ज्याने माझे आयुष्यच उद्‌ध्वस्त झाले असते असे अपयश दोन वेळा येऊनही मी विचलित झालो नाही. कारण माझी मूल्ये व अटळ श्रद्धा ही विश्वाच्या इच्छेशी समांतर होती, ज्यांचा मला बिनशर्त पाठिंबा होता. त्याबद्दल मी अगदी नि:शंक होतो.

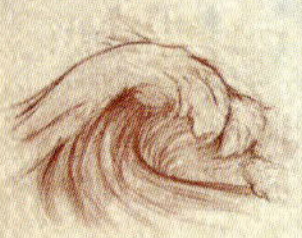

लेर्ड हॅमिल्टन

माझा खरंच विश्वास होता की मी नक्कीच माझं स्वप्न साकार करेन. मला आत्मविश्वास नसता तर मी आज जे मिळविले ते मी मिळवूच शकलो नसतो. तसं हेही खरं नाही की मला काहीच शंका नव्हती, कारण शंका तर सततच असतात, आपल्याभोवती सतत घिरट्या घालून आपला ताबा मिळवायचा प्रयत्न करतात. पण मी शंकेला कधी घट्ट धरून बसलो नाही.

आत्मविश्वास असणे म्हणजे आपलं स्वप्न साकार करताना त्याबद्दल शंका यावी असे क्षण कधीच येत नाहीत असे नाही. या शंकास्पद स्थितीत, तुम्हाला आत्ता काय पाऊल उचलावे लागेल, याचा एकदा आढावा घ्या. कारण पुढच्या सर्व प्रवासाच्या चिंतेने डोक्याचा भुगा करून टाकण्यापेक्षा तुम्ही एक पाऊल पुढे टाकू शकता असा विश्वास बाळगणं जास्त सोपं आहे. आणि जेव्हा तुम्ही त्याचा विचार कराल तर तुम्हाला कळेल त्या नायकाच्या प्रवासात तुम्ही एका वेळी एकच पाऊल टाकता. प्रत्येक यशस्वी माणूस एका वेळी एकच पाऊल टाकतो.

ज्या वेळी तुम्ही आनंदी असाल त्या वेळी तुमचा आत्मविश्वास पक्का असतो. ज्या वेळी तुम्ही दमलेले, निराश, शक्तिहीन असता तेव्हा शंका यायला सुरुवात होते. प्रत्येकाच्याच आयुष्यात असे क्षण येतात. त्यामुळे स्वत:ला बजावा की ही स्थिती कायमची नाही आणि ती निघून जाईल.

म्हणूनच तुमच्या आनंदाचा मागोवा रोजच्या रोज घेणे महत्त्वाचे आहे. कारण ते करताना तुम्ही आनंदी व्हाल आणि त्यामुळे तुमचा विश्वास दृढ होईल.

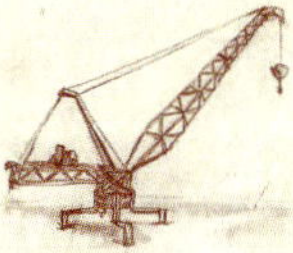

जी. एम्. राव

तुमच्या स्वप्नांमध्ये तुम्हाला विश्वास गुंतवावा लागेल. विश्वास ठेवा की तुम्हाला जे हवे आहे, ते तुमच्यासाठी या जगातील सर्वोत्तम गोष्ट आहे. या विश्वासाशिवाय केलेला प्रयत्न म्हणजे निश्चय, चिकाटी याशिवाय केलेला अर्धवट प्रयत्न आहे. आत्मविश्वासाच्या अभावामागे बऱ्याचदा अपयशाची भीती असते.

मस्टिन किप

माझी आई म्हणायची मी जे मनात आणेन ते करू शकेन म्हणून मी तिच्यावर शब्दश: विश्वास ठेवला. मला माहीत होते की जेव्हा मी एखाद्या गोष्टीवर लक्ष केंद्रित केले की काहीतरी मोठे नक्कीच घडणार.

लेर्ड हॅमिल्टन

माझ्या आईचा विश्वास होता, 'मी पाण्यावर चालू शकेन.' तिचा विश्वास उद्दिष्टावर नव्हता तर मी चांगला माणूस होण्यावर जास्त होता. त्यामुळे मला स्वत:वर विश्वास ठेवायला बळ मिळाले. जेव्हा एखाद्याचा तुमच्यावर विश्वास असतो तेव्हा त्या माणसाला घट्ट पकडून ठेवा. तो माणूस सतत तुमच्याभोवती असायला हवा.

ॲनास्टाशिया सोर

एखादी छोटी गोष्टही तुमचं जीवन बदलू शकेल. ते वय फारच भोळं होतं. पण मला स्पष्टपणे आठवतं की मी सहा वर्षांची असताना माझ्या आई-वडिलांच्या शिंप्याच्या दुकानात एके दिवशी आई मला म्हणाली, 'मी दर वेळी तुला दुकानात कसं नेते, ते तुझ्या लक्षात आहे? काय विकत आणायचं त्याची यादी

मी तुला एका कागदावर लिहून देईन, पैसेही देईन. तू बस घे. सहा बसस्टॉप आले का ते मोज. हा बरोबर स्टॉप आहे ना त्याची ड्रायव्हरला विचारून खात्री करून घे. मी म्हणाले, 'आई मी सहा वर्षांची आहे. मला माहीत नाही...' ' 'नाही तू हुशार आहेस. तुला हे करता येईल.' मी थोडी घाबरत होते. पण माझ्या मनात काय होतं हे तुम्हाला माहीत आहे? ती म्हणाली, 'मी हुशार आहे. मी हे करू शकेन.' आणि जर ती म्हणाली असेल तर मी नक्कीच हुशार आहे. मी परतल्यावर तिच्या चेहऱ्यावरचं हसू मी कधीच विसरू शकणार नाही. ती म्हणाली, 'मी तुला म्हणत होते तू हुशार आहेस व तू हे करू शकशील. मला तुझा खूपच अभिमान वाटतो.'

मायकेल ॲक्टन स्मिथ

तुमच्या पालकांचा तुम्हाला पाठिंबा असेल तर आत्मविश्वास बाळगणे ही गोष्ट सोपी आहे. पण त्याशिवायही हे करणे अशक्य नाही.

जरी तुमच्या पालकांनी तुमच्यात आत्मविश्वास रुजावा म्हणून प्रयत्न केले नसले तरी तुमच्या लहानपणी असं नक्कीच कोणीतरी असेल, ज्यांनी तुमच्यावर विश्वास ठेवला असेल. तुमचे कोणी नातेवाईक, भाऊ/बहीण, शेजारी, आजी-आजोबा, शिक्षक. कोणीना कोणीतरी असतेच जे तुमची वाढ होताना तुमच्यावर विश्वास ठेवतात. मग ती व्यक्ती जिवंत असो/नसो. सर्व जगभराचा पाठिंबा आता तुम्हाला असेल.

जेव्हा तुम्ही तुमचं स्वप्न साकार करायचं ठरवता, सर्व विश्व तुम्हाला पाठिंबा देतं. सर्व मदत तुम्हाला मिळते. तुमचं स्वप्न साकार करण्यासाठी तुम्हाला हवी असलेली प्रत्येक गोष्ट, माणसं तुम्हाला मिळतात. या विश्वाशी नातं जोडण्यासाठी तुमच्या अंतर्मनाने विश्वास ठेवायला शिकायला हवे.

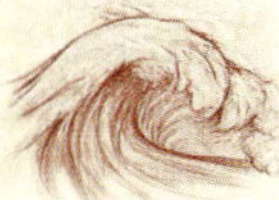

लेर्ड हॅमिल्टन

तुम्ही जर तुमच्या उद्दिष्टावर किंवा कामावर लक्ष केंद्रित केले तर विश्वास ठेवा की इतर गोष्टींचं आपसूक निराकरण होईल. तुम्ही करीत असलेल्या प्रयत्नांमुळे तुम्हाला यश मिळेल.

मस्टिन किप

तुम्हाला जे प्रेरणा देतात त्यांची यादी करा. ती व्यक्ती तुम्हाला कसली प्रेरणा देते ते लिहून काढा. चिकाटी? त्यांची देण्याची क्षमता? त्यांच्याकडे असलेले पैसे का त्यांचा ब्रॅन्ड? का त्यांनी जगात नावलौकिक मिळेल असे काम केले ते? आणि ओळखा की तुम्हाला प्रेरणा देणारी त्या माणसाची ती विशिष्ट गोष्ट ही तुमच्या व्यक्तिमत्वाचाच एक अविभाज्य भाग आहे.

लिझ मरे

आपण करता करता शिकतो. म्हणून तुम्ही जेव्हा एखाद्या परिस्थितीतून जाता, तेव्हा तुमच्या अनुभवाच्या शिकवणीतून तुमच्यात स्वाभिमान निर्माण होतो. कशावर विश्वास ठेवायचा हे तुम्हाला कळत जाते. आधी तुमच्या आयुष्यात असं उदाहरण कधीच घडलं नव्हतं म्हणून आधी अशक्य वाटणाऱ्या अनेक गोष्टी तुम्ही करू शकता. ते शरीराला वळण पाडण्यासारखं आहे. नवे अनुभव तुमच्यात नवा विश्वास निर्माण करू शकतात.

तुम्ही जे प्रत्येक पाऊल टाकाल त्यामुळे तुमचा आत्मविश्वास दुणावेल/दृढ होईल आणि या 'नायका'च्या प्रवासातील प्रत्येक अनुभव तुमच्यात काय शक्ती आहेत याची तुम्हाला नवी जाणीव करून देईल.

तुमच्या स्वप्नावर व स्वत:वर विश्वास ठेवा, कारण तुम्ही स्वत: नायक आहात आणि तुमच्यातल्या नायकाला तुम्ही हे करू शकाल, असा फक्त विश्वास नसतो तर त्याला 'माहिती' असतं की तुम्ही ते करणारच!

VISION

दूरदृष्टी

मस्टिन किप

बायबलने उत्तमप्रकारे सांगितले आहे, 'दूरदृष्टीशिवाय माणसे नष्ट होतात.'

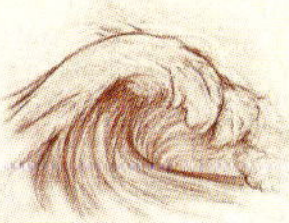

लेर्ड हॅमिल्टन

मला जी जी कल्पना सुचली किंवा मी जी जी केली ती प्रत्येक गोष्ट मी अगोदर माझ्या मनाने बघितली. लोक डोळ्यांपुढे उभे करण्याविषयी बोलतात. आपण आपल्या मनात एखादी गोष्ट बघू शकतो, असं म्हणण्याचा हा एक प्रकार आहे. अखेरीस तुम्हाला स्वप्न पडणं म्हणजे काय तर तुम्ही जे बघता तुम्हाला ते दिसतं. तुमच्या मनाला एखादी गोष्ट दिसल्याशिवाय तुम्हाला ती प्रत्यक्षात कशी आणता येईल?

खेळाडू, ॲथलीटस्‌ना त्यांच्या स्वप्नातील दृष्टांताची शक्ती चांगलीच माहिती आहे. ऑलिंपिकमधे सुवर्णपदक मिळविणारा प्रत्येक खेळाडू सांगतो चार वर्षांपूर्वीच हा खेळ त्यांनी त्यांच्या मनातच खेळला होता. मनातल्या मनात

तो खेळ खेळायचं प्रशिक्षण ॲथलीटस् सतत घेत असतात. त्यातच ते विशिष्ट कौशल्य वापरण्याचा, खेळ सुधारण्याचा सराव करतात.

लेन बीचले

'मी ॲथलीट बनले आहे.' हे मी माझ्या अंतर्मनात अनेकदा बघितले आहे. ॲथलीट बनण्यातील सर्वात महत्त्वाची गोष्ट म्हणजे हवा तो परिणाम घडवून आणण्यासाठी मनातल्या मनात ते बघण्याच्या क्षमतेचा सराव करणे.

पीट कॅरॉल

आपण सतत 'दूरदृष्टीच्या' क्षमतेचा उपयोग करतो. आपण काय बनू शकतो हे आपण बघतो. तुम्हाला जे बनायचे आहे ते सतत 'बघून'च तुमच्यात शक्ती येते. तुमच्यासमोर ते चित्रच निर्माण झाले नाही तर तुम्ही ती गोष्ट कशी काय मिळवू शकाल? तुम्ही ती 'बघायला' शिकलात की ती गोष्ट तुम्ही केव्हा मिळविली हे सुद्धा लक्षात येणार नाही.

''ज्या वेळी मला झोप येऊ लागते, तेव्हा मला जे अगदी नक्की करायचे आहे, ते मनातल्या मनात बघण्याचा मी प्रयत्न करतो. पोहण्यासाठी सूर मारणे, उडी मारणे, स्ट्रोक, फ्लिप आणि शेवटापर्यंत पोचणे. एक शतांश वेळाच्या फरकाने तिथे पोचणे व परत फिरणे. या गोष्टी जास्तीत जास्त वेळा मी माझ्या डोळ्यासमोर आणण्याचा प्रयत्न करतो.''

मायकेल फेल्पस्

पोहण्याच्या ऑलिंपिक स्पर्धेतील विश्वविजेता

आपल्याला जे खेळात घडवायचे आहे, ते मनातल्या मनात बघण्यात, दूरदृष्टीने ते मनासमोर आणण्यात खेळजगत यशस्वी झालं आहे. खेळाशिवाय

इतर बाबतीतही या तंत्राचा वापर आयुष्यात यश मिळविण्यासाठी करता येतो, हे अजूनही बऱ्याच लोकांना माहीत नाही.

लेन बीचले

फक्त एकच निकाल डोळ्यांपुढे आणणं मला जमतं, तो म्हणजे हातात विजेतेपदक घेऊन मी व्यासपीठावर उभी आहे. आणि माझ्यावर शँपेनचा वर्षाव होतो आहे. याशिवाय दुसरी कुठलीच गोष्ट माझ्या दृष्टीने महत्त्वाची नाही.

डोळ्यांसमोर चित्र उभे करण्याचा सर्वात महत्त्वाचा भाग हा तुमच्या कामाचा शेवट कसा होणार किंवा तुम्हाला काय शेवट हवा आहे हे बघणे. तुम्ही हे कसे मिळविणार आहात याचा प्रत्येक तपशील तुम्ही डोक्यातून काढून टाका. नंतर तुमच्या स्वप्नाचा शेवट काय आहे ते डोळ्यांपुढे ठेवा. लेन बीचलेने स्वत:ला व्यासपीठावर शँपेनच्या वर्षावात उभे असलेले पाहणे निवडले. कारण तिच्या विश्वविजेती होण्याची स्वप्नाचा तो शेवट होता.

मायकेल ॲक्टन स्मिथ

मला चित्र रेखाटणे, गिरगिटणे आवडते. ते करत मी तासन्‌तास काढतो. मला जे मिळवायचे आहे, करायचे आहे त्या गोष्टी मी खरडत बसतो.

जेव्हा तुम्ही तुमच्या स्वप्नातील भागाचे रेखाचित्र काढता तेव्हा त्यातून एक चित्र तुमच्या मनात लगेच तयार होते. जेव्हा तुम्ही तुमच्या स्वप्नाबद्दल टिपण लिहिता, तेव्हा तुमच्या मनात त्यातून एक चित्र तयार होते. कशाही पद्धतीने केले तरी हे डोळ्यांपुढे उभे करणेच आहे.

माझ्या आयुष्यात मी जे जे केले, ते प्रत्यक्ष करण्याआधी किंवा ती विशिष्ट गोष्ट करण्याचा विचारही करण्याआधी, मी अंतर्मनात ती गोष्ट आधी बघितली. मगच पुढचे पाऊल उचलले. माझ्या मनात त्या चित्राशी मी खेळले. घटना आधीच घडून गेल्यावर जशा त्याच्या अनुभवाने भावना उत्तेजित होतात, तसा अनुभव घेतला. ती गोष्ट कशी करायची याचा मी विचार केला नाही, फक्त मला जे हवे होते ते डोळ्यासमोर आणण्याचा मी प्रयत्न केला. हे तंत्र अत्यंत प्रभावी आहे. माणसांना आपल्या आयुष्यात जे हवे ते मिळविण्यासाठी आत्मसात कराव्या लागणाऱ्या क्षमतांपैकी जिच्याविषयी फारच कमी माहिती आहे अशी ही एक क्षमता आहे. तुमच्या अंतर्मनाला चित्र बघण्यात रस असतो. एकदा का तुमच्या अंतर्मनात ही प्रतिमा उभी राहिली की ती प्रतिमा प्रत्यक्षात येण्यासाठी ते सर्व काही आपोआपच घडवून आणते.

जी. एम्. राव

माझं स्वप्न नेहमीच माझ्या मनात होतं. अगदी सुरुवातीपासून मी जगलो ते माझ्या मनात जिवंत असलेल्या स्वप्नाबरोबर धुराच्या वलयासारख्या विचार शलाकांच्या रूपात ते असतानाही मी त्याबरहुकूम वागत गेलो. माझं स्वप्न आधीच सत्यात उतरलं आहे, या विचारातून माझ्या कृती घडत गेल्या आणि या कृतीमधूनच मला परिणाम मिळत गेले.

''यश दोनदा मिळते – प्रथम मनात आणि दुसऱ्यांदा वास्तव जगात.''

अझीम प्रेमजी

भारतीय अव्वल व्यावसायिक

पीटर फोयो

माझ्या आयुष्यात मी जी प्रत्येक गोष्ट मिळविली त्याच्याशी मी किती शिकलो किंवा किती काम केले याचा काहीच संबंध नव्हता. मी ते मनःचक्षुंनी बघण्याचा व मी तिथपर्यंत पोचलो आहे हे आधीच माहिती असायचा परिणाम होता.

मी जेव्हा *'द सिक्रेट'* हा चित्रपट बनवित होते, तेव्हा मी हे स्वप्न माझ्या मनात दिवसातून अनेक वेळा 'बघायचे'. त्याचा शेवट मी इतक्या वेळा अंतर्मनात बघितला होता की मला वाटायचं की ते आधीच घडून गेलं आहे. मला यात काहीच शंका नाही की हे 'अंतर्मनात बघणं' हे इतकं शक्तिमान होतं की त्यामुळेच *'द सिक्रेट'* ला प्रचंड यश मिळालं.

पीटर फोयो

लोकांना वाटतं की तुम्ही जेव्हा मन:चक्षुंपुढे एखादी गोष्ट बघता तेव्हा तुम्ही ठार खोटारडे असता. कारण ते विचार करतात, हे घडत नाहीत. हे इथे घडत नाहीत. पण तसं नाही ते आहे, ते इथेच आहे. कारण तुम्ही तसा विचार करू शकलात तरच ते प्रत्यक्षात येऊ शकतं.

तुमच्या स्वप्नांचा परिपाक मन:चक्षुंपुढे उभा करणे तुम्हाला जमू लागलं, हे अगोदरच घडून तर गेलं नाही ना असं वाटू लागलं, की मग हेच तंत्र तुम्ही त्या 'नायका'च्या प्रवासात तुम्ही कुठलंही पाऊल उचलताना वापरू शकता आणि जरी तुमच्या डोळ्यांसमोर तुम्हाला सरतेशेवटी जे हवे आहे तेच सतत असले तरी तुमच्या मन:चक्षुंपुढचे चित्र तुम्हाला सतत खात्री देते की या ना त्या मार्गाने तुम्ही तिथे पोचणारच आहात.

लिझ मरे

माझे ध्येय सरळ 'ए' ग्रेड असल्याने मी शाळेच्या कार्यालयात गेले व त्यांना माझ्या निकालाचे गुणपत्रक छापायला सांगितले. ते म्हणाले, 'तुम्ही नुकतीच सुरुवात केली आहे. तसे तुमच्याकडे काहीच नाही.' मी म्हणाले, 'नाही. मला कोरेच हवे आहे.' त्यांनी माझं नाव त्याच्यावर लिहिले. मी जिन्यावर बसले व माझ्या ग्रेडस् त्यावर लिहिल्या. मला असं वाटलं की या ग्रेडस् भविष्यात प्रत्यक्षात आहेत. मला फक्त त्यांना जाऊन गाठावं लागेल. मी माझा गृहपाठ

करे त्या वेळी मला 'ए' ग्रेडच मिळायची. जसं मी ठरविलं होतं तसं. मी काम करीत असताना ते कागद माझ्या शेजारीच ठेवत असे. हे कुठेतरी अस्तित्वात आहे, या भावनेनेच मी काम केले.

तुमच्या आयुष्यात 'डोळ्यांपुढे उभे करणे' या तंत्राचा वापर तुम्ही कुठल्याही परिस्थितीत करू शकता. तुम्हाला हवं ते घडवून आणण्यासाठी तुम्ही ह्या तंत्राचा वापर करू शकता. परीक्षा, मुलाखती, सभा, ऑडिशन चाचणी, भाषण तयार करणे, आपल्या सासरच्या लोकांना भेटणे, सहलीची योजना करणे, तुमच्या कंपनीत तुमच्या बॉसने तुम्हाला कंपनीतील सर्वात मोठं प्रमोशन देणे अशी कोणतीही गोष्ट तुम्ही डोळ्यापुढे उभी करू शकता.

या वर्षाच्या शेवटी तुम्ही कुठे असणार आहात ते होळ्यांपुढे आणा. प्रत्येक नव्या वर्षात घडणाऱ्या गोष्टींसाठी या तंत्राचा वापर करा. याशिवाय आत्तापासूनच पाच वर्षात तुम्ही कुठे पोचाल याचीही मोठी दृष्टी तुम्हाला येऊ दे. तुमच्या आयुष्यात काय काय घडते याकडे फक्त लक्ष ठेवा.

> ''तुम्ही कुठल्या दिशेने जात आहात हे डोळ्यांपुढे आणा आणि त्याबाबत पूर्णपणे स्पष्टता असू दे. पुढच्या काही वर्षात तुम्ही कुठे पोचणार आहात याचं एक सुस्पष्ट चित्र तुमच्या मनात असू दे.''

सारा ब्लॅकले
स्पँक्सचे संस्थापक

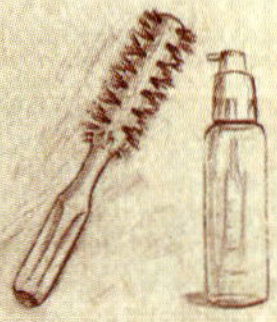

जॉन पॉल डेजोरिया

मी सकाळी उठतो आणि मी फक्त माझं अस्तित्व अनुभवतो. थोडक्यात मी टीव्ही सुरू करत नाही, मी कॉफी पीत नाही, मी काहीही करत नाही. मी फक्त गादीवर बसून राहतो. मी बिछान्यावर बसतो आणि मी फक्त असतो. कुठलेच निर्णय घ्यायचे नाहीत, कोणाला फोनही करायचे नाहीत, फक्त पाच

> *मिनिटे हे करायचा व माझ्या मनातले सर्व काढून टाकायचा मी प्रयत्न करतो. व मी वर्तमानात येतो. या पद्धतीने तुमचं मन दिवसभर निवांत राहते. जर मी काही मिळवण्याचं तुमचं स्वप्न असेल तर पाच मिनिटाच्या शेवटच्या काही मिनिटात त्याचा विचार करा. तुम्हाला काय हवे आहे, किती हवे आहे व त्या उद्दिष्टाच्या जवळ जाण्यासाठी तुम्ही कुठल्या गोष्टी करू शकता याचा विचार करा.*

दिवस सुरू व्हायच्या आधीच त्यातली व्यग्रता जर संपली व तुम्ही अगदी तणावरहीत अवस्थेत गेलात तर तुमच्या स्वप्नाविषयीचे हे चित्र अगदी थेट तुमच्या अंतर्मनात पोचेल. तुमच्या संगणकावरील नवीन प्रोग्रॅम त्यात लोड करण्यासाठी संगणक बंद करण्यासारखेच हे आहे. मग जसा तुमचा संगणक चालू असताना, इतर प्रोग्रॅम्स चालू असताना त्यात नवी भर टाकता येत नाही तसेच तुमचं मन इतर कल्पनांवर स्वार असेल तर मनःचक्षुंपुढील चित्राचा शिरकाव होऊ शकत नाही. पण जेव्हा तणाव मनातून निघून जातील तेव्हा 'ते' चित्र अंतर्मनात नक्कीच पक्के होते.

जेव्हा 'दृष्टीपुढे/मनःचक्षुंपुढे एखादी गोष्ट उभी करण्या'चे नवे तंत्र तुम्ही यशस्वीपणे वापराल तेव्हा तुमच्या आजूबाजूच्या लोकांनाही आश्चर्य वाटेल, की तुमचं काम एकाएकी सुव्यवस्थितपणे कसे चालू लागले आणि एखाद्या अतिमानवाप्रमाणे तुमच्या बाबतीत घटना कशा सुव्यवस्थितपणे घडू लागल्या. तुमच्या लक्षात येईल की तुम्ही अगदी साधी पण अत्यंत प्रभावी अशी क्षमता वापरत आहात, जी जन्मजातच तुमच्यात आहे व या पृथ्वीवरील प्रत्येक माणसामध्येच ती शक्ती आहे.

THE MIND OF A HERO

'नायका'चे मन

पीटर बरवॉश

तुम्ही सकाळी झोपेतून उठता तेव्हा तुम्हाला एकच महत्त्वाचा निर्णय घ्यायचा असतो. तुम्ही कुठले कपडे घालणार याविषयी तो नाही, तुम्ही केशरचना कुठल्याप्रकारे करणार याविषयी पण नाही. तुमची वृत्ती आज चांगली असणार की वाईट? याविषयी तो आहे. कारण सकारात्मक भावना फारच महत्त्वाची आहे.

मायकेल ॲक्टन स्मिथ

मी निसर्गतःच आशावादी असणे ही फारच सुदैवाची बाब आहे आणि त्याचा मला फारच फायदा झाला.

प्रत्येक माणसाच्या सतत जो झगडा चालू असतो तो त्याच्या वृत्तीशी. जेव्हा तुमच्या हे लक्षात येतं की जर सकारात्मक वृत्ती ठेवली नाही तर तुमचं यश तुम्हीच घालवता, दुःखी होता, स्वतःवर आजारपण ओढवून घेता, तेव्हाच तुम्ही जीवनाकडे सकारात्मक वृत्तीने पाहू लागता. तुमची वृत्ती

तुमच्यातूनच निर्माण होते. तुमच्या अपयशात किंवा यशात त्याचा सर्वात मोठा वाटा असतो.

लेन बीचले

तुम्हाला तुमचं जीवन सुधारायचं असेल, आत्ता तुम्ही जे अनुभवत आहात त्याच्यात बदल करायचा असेल तर आपल्या विचारांची जबाबदारी घ्यायला शिका.

तुमचे विचार तुमची वृत्ती ठरवितात आणि म्हणून वृत्तीत बदल करायचा असेल, तर सर्वप्रथम आपल्या विचारांची जबाबदारी घ्या. जेव्हा तुमच्या लक्षात येईल आणि तुम्ही स्वीकाराल की तुमचे विचारच तुम्हाला दुःखी बनवत आहेत, तेव्हाच तुम्ही हे विचार बदलण्यास सुरुवात कराल.

दिवसभरात घडणाऱ्या चांगल्या गोष्टींच्या बदल्यात कोणी तुम्हाला तुमच्या आयुष्यातील स्वप्नं देऊ केली तर तुम्ही ते एका झटक्यात कराल. तुमच्या आयुष्यातील स्वप्नं मिळविण्याचा तो एक मार्गच आहे!

पीट कॅरॉल

मी माझ्या जीवनात शिकलो की सकारात्मक विचार करणे व जीवनात आशावाद बाळगणे हे जीवन यशस्वी करण्याचे व तुम्हाला हवे ते मिळविण्याचे सर्वोत्तम मार्ग आहेत.

आपली कृती बदलण्यासाठी आजूबाजूच्या परिस्थितीचा विचार केलात तर तुम्ही अडचणीत याल कारण तुमची वृत्ती सकारात्मक बनण्यासाठी तुमच्या भोवतीची प्रत्येक परिस्थिती परिपूर्ण असायला हवी. आणि प्रत्येक स्थितीवर आपले नियंत्रण असणे केवळ अशक्य आहे. अनेक लोकांनी सतत अगदी योग्य वागणेसुद्धा मग गरजेचे ठरते आणि तुमच्याशिवाय इतर कुणावरच तुमचे नियंत्रण असू शकत नाही. सर्व ७ दशलक्ष लोकांचा दृष्टिकोन बदलला आहे.

तरच तुमचा दृष्टिकोन सकारात्मक व आशावादी होईल, हे तुमच्या लक्षात येईल. खरं तर तुमची दृष्टी तशी बनण्यासाठी तुम्ही कुठल्याही बाह्य गोष्टीवर अवलंबून राहणे चुकीचे आहे. जर तुम्ही अवलंबून राहिलात तर तुमच्या नकारात्मक भूमिकेला अमुक एक परिस्थिती किंवा व्यक्ती कारणीभूत आहे अशी सबब तुम्ही सांगू शकाल. तुमचं सर्वांत प्रभावी साधन बनण्यासाठी तुमची वृत्ती तुमच्या 'आतूनच' नियंत्रित झाली पाहिजे.

मस्टिन किप

अत्यंत वाईट परिस्थितीतही मी कायम आशावादी असतो.

पीटर बरवॉश

प्रत्येक गोष्टीत एक सकारात्मक आणि एक नकारात्मक भाग असतो. जगात प्रत्येक परिस्थितीत हे दोन्ही भाग तुम्हाला सापडतीलच. तो माणूस यशस्वी होतो जो प्रत्येक गोष्टीतल्या सकारात्मक बाजूकडे अगोदर बघू शकतो.

आपण निराशावादी व्हायचं का आशावादी हे निवडण्याचं स्वातंत्र्य तुम्हाला आहे. एखादा जुना कपडा फेकून द्यावा तशी तुमची वृत्ती तुम्हाला फेकून देता येईल आणि नव्या दृष्टीची नवी कोरी वृत्ती तुम्हाला दररोज वापरता येईल. हे करणे अगदी सोपे आहे.

काहीतरी चांगले घडू घातले आहे, नक्कीच!

पीट कॅरॉल

माझी आई नेहमीच म्हणायची, 'आता नक्कीच काहीतरी चांगले घडणार आहे.' मला याची आधी फारशी जाणीव झाली नाही. पण मी आयुष्यभर याच विचाराबरोबर जगलो की गोष्टी कितीही अवघड वाटल्या किंवा सर्वत्र अंधार साचून आला, तरी एक आशा सतत जागी असायची की ही स्थिती नक्कीच पालटेल. माझ्या आईची ही मला देणगी होती. त्यामुळे मी कायम सकारात्मक असतो व गोष्टींकडे आशावादी दृष्टिकोनातून बघतो. मी खूप सुदैवी आहे कारण हा विचार घेऊन मी जगलो.

या पृथ्वीवरील सर्वच गोष्टीत द्वैत असल्याने, इथे सर्व गोष्टीत सकारात्मक/ नकारात्मक बाजू असणारच. पण जर तुम्ही सतत प्रत्येक गोष्टीतले चांगले बघू शकलात आणि बाह्य परिस्थिती कितीही वाईट असली तरी सकारात्मक वृत्ती कायम ठेवू शकलात तर तुम्ही नक्कीच जिंकाल. सकारात्मक वृत्ती टिकवून ठेवण्याची आठवण करून देण्यासाठी पीट कॅरोलच्या आईच्या शब्दांवेगळे दुसरे शब्दच नाहीत. 'नक्कीच काहीतरी चांगले घडू घातले आहे!' काहीतरी चांगले घडू घातले आहे हे जर तुम्हाला माहिती असेल तर तुमचा आशावाद कधीच डळमळीत होणार नाही.

जी. एम्. राव

माझ्यातील आध्यात्मिक भावनेने, अगदी सर्व काही मोडून पडण्याच्या क्षणीसुद्धा मला सकारात्मक विचार करायला प्रवृत्त केले.

जे लोक आनंदी व यशस्वी असतात ते नेहमीच कुठल्या चांगल्या गोष्टी घडू शकतात, जास्तीत जास्त आनंद कसा मिळेल, पैसे कसे मिळतील व आयुष्य संपन्न व सार्थ कसे होईल याचा विचार करतात. या गोष्टीच्या विपरीत काही घडेल हा विचार ते फारसा करीत नाहीत.

जी. एम्. राव

मी अनेक उच्चशिक्षित, संपन्न घरातून आलेले, उच्च दर्जा असलेले लोक बघितले आहेत जे त्यांच्या नकारात्मक भूमिकेमुळे अयशस्वी झाले आहेत. नकारात्मकता ह्या माणसांना खाली खेचते.

आयुष्याकडे बघण्याची नकारात्मक वृत्ती म्हणजे दु:खमय जीवन. आयुष्यात एखाद्या वेळी तुमच्या संपर्कात एखादी निराश व्यक्ती आली तर अगदी नि:शंकपणे तुम्हाला अनुभवाला येते की तुम्ही जेव्हा त्याच्या किंवा तिच्याबरोबर असता त्या वेळी ती व्यक्ती तुमच्यातली ऊर्जा व आनंद जणू शोषून घेते. होय, निराशावादी दृष्टिकोन अगदी हेच तुमच्याबाबतीत घडवून आणतो.

ॲनास्टाशिया सोर

जर तुम्ही निराशावादी असाल व सतत निराश असाल तर नक्कीच ही वृत्ती तुमच्या स्वप्नांची हत्या करेल.

या ऐवजी, तुम्हाला अशी व्यक्ती माहिती आहे जी सतत आनंदी, उत्साहात व आयुष्याबद्दल उजळ दृष्टिकोन असलेली असेल आणि तुम्ही तिच्याबरोबर असाल तर तुम्हालाही खूप छान वाटेल, याची मला खात्री आहे. जीवन सुंदर आहे, परिपूर्ण आहे असे वाटते. आशावादी दृष्टिकोन हेच तुमच्याबाबतीत घडवितो.

मला अशी एखादी तरी निराशावादी व्यक्ती दाखवा जी आयुष्याच्या प्रत्येक वस्तूविषयी आनंदी आहे. कारण जरी त्यांच्याकडे अगदी सर्व गोष्टी असल्या तरी 'पेला अर्धा रिकामा आहे' असं ते म्हणत राहतात.

पीटर बरवॉश

दोन व्यक्ती शेजारी शेजारीच असतात. त्यातली एक जण सकाळी उठल्यावर म्हणते, 'देवा सुप्रभात!' तर दुसरी निराशावादी व्यक्ती म्हणते, 'अरे देवा, सकाळ झाली.'

एखाद्याला दोष देणे, सतत तक्रार करीत राहणे याने जीवनात यश व आनंद मिळणार आहे का, हे स्वत:लाच जरा विचारा. खरंच तुम्हाला वाटतं का, 'टीका करण्याने व रडण्या-भेकण्याने एखाद्या माणसाचे स्वप्न पूर्ण होईल. त्याला कायमचा आनंद मिळेल?'

पीट कॅरॉल

आमच्या कार्यक्रमातील काही महत्त्वाचे नियम हे होते की कुठल्याही परिस्थितीत रडायचे नाही, तक्रार करायची नाही. झालेल्या चुकीचं समर्थन करायचे नाही. या प्रकारच्या विचार प्रक्रियेचा काहीच फायदा होत नाही. आपल्याला जिथे पोचायचे आहे, तिथे जाण्यासाठी हे विचार मुळीच मदत करीत नाहीत.

सुपरमॅन कधी रडताना-भेकताना बघितला आहे? इंडियाना जोन्सने कधी तक्रार करताना बघितले आहे? जेम्स बाँडने आपल्या आयुष्यातील अपयशांबद्दल इतरांना दोष दिला आहे? सिनेमातील सुपरहिरोचे अवगुण चित्रपटनिर्माते कधीच दाखवित नाहीत. कारण त्यांना माहिती असते की हे नायक तुमच्या मनामधून लगेच उतरतात व ते कधीच मग 'नायक' राहात नाहीत. प्रेक्षकांना स्वाभाविकपणे वाटतं की काहीतरी चुकलं आहे. असा नकारात्मक माणूस 'नायक' कसा काय बनू शकेल? या प्रश्नाचं उत्तर हे आहे की, 'तो बनू शकणार नाही.'

जे आयुष्य जगण्यासाठी आपण येथे आलो आहोत, त्यामध्ये दोषारोप, नाराजीने कुढणे, तक्रारी करणे यांना जागा नाही. ते आयुष्य न जगण्यासाठीची ती समर्थने आहेत.

लिझ मरे

आपल्यातील माणूसपणावर बट्टा लावण्याचे काम राग, दोषारोप हे शिक्के मारणे या गोष्टी करीत असतात. मला वाटते या तिन्ही गोष्टी जणू एकमेकांचे नातेवाईक आहेत. तुम्हाला काय हवे आहे, तुमच्यात कसला कमीपणा आहे आणि तो तुम्हाला कोणामुळे आला आहे यासंबंधी त्या गोष्टी आहेत. मी कुणाचंच देणं लागत नाही, या भावनेने मी मोठी झाले. हे तुम्हाला पटू दे की तुमच्याकडे जे आहे ते तुम्हाला मिळालं हे तुमचं सुदैव आहे. कारण ते सहज नष्टही होऊ शकते. ही अशी वृत्तीच तुमच्यामध्ये असायला हवी.

आपण आपल्या आजूबाजूची माणसे दोषारोप, तक्रार, रडगाणं गाणे इ. करताना पाहातो, म्हणून आपलं असं मत बनतं की हे ठीक आहे, त्याचा आपल्याला त्रास होणार नाही. पण या सर्व नकारात्मक भावना आपल्याला खाली खेचतात, आपल्यातील शक्ती इतकी नष्ट करतात की आपण निराशेने ग्रासले जातो. यातली कुठलीच भावना तुम्हाला हवा असलेला आनंद मिळवू देत नाही. तुमच्यातील 'नायका'च्या योग्यतेची यातली एकही भावना नाही.

लेर्ड हॅमिल्टन

तुम्ही कायमच आनंदी, उत्साही, हसरे असाल, सगळ्याच गोष्टी कायम तुमच्यासाठी योग्य असतील, असे घडणे अशक्य आहे. मत्सर वाटणे, हेवा वाटणे ह्या सर्वच गोष्टी कधीतरी घडणार आहेत. तुम्ही 'माणूस' आहात म्हणून हे घडणारच आहे. पण तुम्ही हे आणखी वाढावं अशी संधी देता की, ते सारं बाहेर ढकलून

सकारात्मक गोष्टींनी भरून टाकता? तुमच्या कामात तुम्ही सर्वात जास्त वेळ कशासाठी खर्च करता, कशाचा विचार करता? त्याचंच तुम्हाला फळ मिळणार आहे.

सकारात्मक व आशावादी दृष्टिकोन असणे म्हणजे कधीमधी एखादा वाईट दिवसही वाट्याला न येणे नाही. कधीतरी तुम्हाला वाईट दिवस येतील. पण अशा वाईट दिवसांबद्दल आपण आत्ता बोलत नाही आहोत. असे वाईट दिवस असले तरी आयुष्यातील २४८६९ दिवसांपैकी तुमच्या सकारात्मक, आशावादी दृष्टीमुळे तुम्ही कसे साजरे करीत आहात हे महत्त्वाचे आहे.

पीट कॅरॉल

रोजच्या रोज शांत मनाने काम करायचा प्रयत्न करा. मन सतत संभ्रमात/आपली खरंच लायकी आहे की नाही अशा विचारात ठेवू नका. 'मला ही परिस्थिती हाताळता येईल की नाही माहीत नाही', 'माझ्यासाठी हे फारच मोठे आहे', 'मी इथे कधीच आलेलो नाही', 'पूर्वी मला अमूकतमूक गोष्ट जमली नव्हती' असे नकारात्मक विचार तुमच्या मनात यायला नकोत. या विचारांवर लक्ष केंद्रित करू नका. हे विचार सतत बरोबर राहू लागतात व त्यामुळे आपली कृती म्हणावी तितकी चांगली होतेच असे नाही.

लेन बीचले

तुम्हाला काय वाटतं, याबद्दल जागरूक रहा. कारण अनेक वेळा तुमचं मन नकारार्थी असेल. तुम्हाला उदास वाटेल. आपण हरलो असे वाटेल. एक सर्वात महत्त्वाची गोष्ट तुम्हाला करायला हवी. ती म्हणजे जबाबदारी स्वीकारा, तुमच्या मनातील विचारांमुळे या भावना निर्माण झाल्या आहेत, याची नोंद घ्या आणि तुमची आत्ताची स्थिती बदलण्यासाठी काहीतरी करायचे ठरवा.

जर तुम्हाला उदास वाटत असेल तर तुमचे मनोबल उंचावण्यासाठी, चांगले वाटण्यासाठी काहीतरी करा. या क्षणी योग्य ती गोष्ट करण्यासाठी सर्वात चांगले तुम्ही काय करू शकाल याचा विचार करा.

लेन बीचले

मला आनंदी व सकारात्मक बनण्यासाठी मला जे आवडते ते सर्वप्रथम करायला हवे व माझ्यात समाधानाची भावना निर्माण व्हायला हवी. म्हणून मी रोज सर्फिंग करायला जाते. कारण त्यामुळे मला आनंद होतो, समाधान मिळते हे मला माहीत आहे.

नायकाचे मन हे प्रामुख्याने सकारात्मक असते. 'नायका'ची वृत्ती सतत आशावादी असते. सकारात्मक मन व आशावादी वृत्ती हे दोन्ही तुमचं स्वप्न साकार करण्यातली प्रभावी अस्त्रे आहेत, कारण तुमचे विचार व भावना याच तुमचं आयुष्य बनतात.

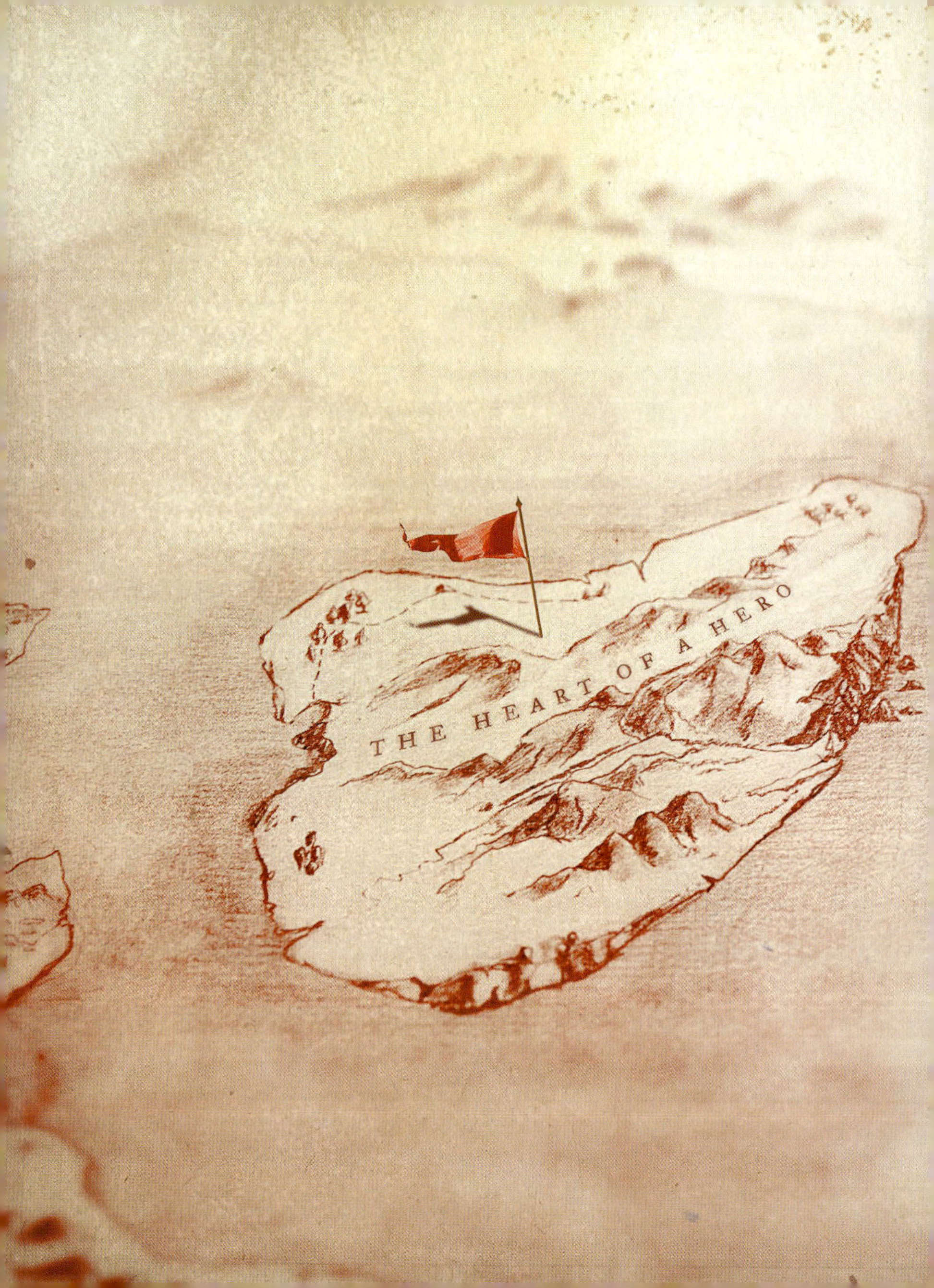
THE HEART OF A HERO

'नायका'चे अंतःकरण

धाडस

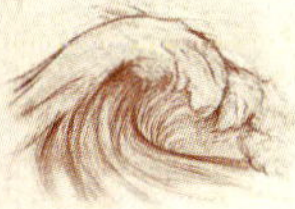

लेर्ड हॅमिल्टन

भीती ही आपल्यामध्ये कायमच असते. आपल्या उत्क्रांतीचा ती एक भागच आहे.

लिझ मरे

तुम्ही भीती कधीच घालवू शकत नाही. कारण भीती हा शरीर शास्त्रीय – आतून येणारा – प्रतिसाद आहे. तुम्ही ही भीती किती असते हे एखाद्या यंत्रावर मोजू शकता.

आपण सर्वच माणसे आहोत म्हणूनच आपल्या प्रत्येकात माणसाच्या सर्व भावनांचा, भीती, अनिश्चितता, शंका, आनंद, भावनिकता, आशा, विश्वास यांचा साठा असणारच. 'नायका'च्या या प्रवासात या सर्व भावनांचा वेगवेगळ्या वेळी अनुभव घ्याल. एखादा यशस्वी झाला याचा अर्थ असा नाही की त्याला भीती, अनिश्चितता, शंका यांचा अनुभव आलाच नाही.

भीती ही तुमच्या इतकीच त्याला ही वाटते. तुम्हाला जशी शंका वाटते तशीच त्यालाही वाटते. या भावना असूनही यशस्वी माणूस आपले स्वप्न साकार करण्याचा मार्ग स्वीकारतो. भीती किंवा शंकेला ते स्वत:ला वेगळं करू देत नाहीत स्वप्न साकारणं थांबवू देत नाहीत.

मस्टिन किप

तुमचं स्वप्न मोठं किंवा अगदी लहान असले तरी ते तुम्हाला सहजपणे जमण्यासारखे नसते. सहज जमणाऱ्या गोष्टींच्या पलीकडे जाण्याची भीती वाटतेच. पण मानवाच्या विकासात भीतीविषयी हा सर्वात जास्त गैरसमज असतात. जीवशास्त्रानुसार भीती आपल्याला सुरक्षित ठेवते, भीती म्हणजे स्वत:ला वाचवणे.

माणूस म्हणून आपण दोन प्रकारची भीती अनुभवतो. पण आपण हे समजून घेतले पाहिजे की जीवशास्त्रीय दृष्ट्या आपले संरक्षण करणारी भीती ही मानसिक भीतीपेक्षा खूपच वेगळी आहे.

आपले अस्तित्व धोक्यात नसूनही जी भीती आपण आपल्या विचारांनी निर्माण करतो ती मानसिक पातळीवरची भीती आहे. ज्या परीक्षेवर तुमचे भवितव्य अवलंबून आहे, ती परीक्षा देताना किंवा ड्रायव्हर परवानापत्रासाठीची परीक्षा देताना तुम्ही ही भीती अनुभवता. तुमच्या शाळेत एखाद्या खेळाच्या स्पर्धेत किंवा लोकांसमोर उभे राहून एखादे भाषण द्यायचे असेल तर अशी भीती तुम्ही अनुभवता. या सर्व गोष्टीत तुमच्या अस्तित्वाला धोका नसतो. पण तुम्हाला जी भीती वाटते ती मानसिक असते, तुमच्या मनाने निर्माण केलेली भीती. 'नायका'च्या प्रवासात आपण सर्वच या प्रकारची भीती अनुभवतो. पण एखादा ॲथलीट त्याच्या खेळातील सर्वोच्च कामगिरी करताना एकाच वेळी दोन्ही भीती अनुभवतो.

लेर्ड हॅमिल्टन

लोक म्हणतात, 'तू घाबरत नाहीस.' खरं तर तसं नसतं. मला वाटतं मी सर्वात जास्त घाबरलेला आहे. मला त्या मोठ्या लाटांची भीती वाटते. पण तुमची कल्पना ही वास्तवापेक्षा नेहमीच मोठी असते. भीती तुम्हाला नेहमीच वाटणार आहे. तुम्हाला ज्याची भीती वाटते, तीच गोष्ट करणे हा भीती कमी करण्याचा सर्वोत्तम मार्ग आहे. त्या गोष्टीशी जवळीक साधलीत तर अचानक त्या 'भीती'ची शक्ती कमी होते.

एखाद्या काल्पनिक चित्रपटामध्ये तुम्ही बघता की नायक ड्रॅगन, राक्षस यांच्याशी सामना करतो व त्यांना मारतो आणि शोध पुरा करतो. चित्रपटातील 'नायका'ची लढाई, जणू आपल्या जीवनाचं प्रतिनिधित्व करते. आपलं स्वप्न साकार करण्यासाठी आपल्याला कुठल्या गोष्टीतून जावं लागतं याचंच ते चित्रण असतं. राक्षस म्हणजे जणू आपल्या मनातील शंका व भीती असतात. चित्रपटातल्या प्रमाणेच आपल्याला त्यांचा पराभव करावा लागतो. आपली स्वप्नं पूर्ण करण्याच्या मार्गातला अडसर त्यांना बनू देता येत नाही.

तुमच्या सहज आवाक्याच्या बाहेर असणारी कृती करणे म्हणजे शंका व भीती या दोन राक्षसांना जागच्याजागी ठार मारणे.

मस्टिन किप

तुम्हाला जर भयमुक्त जीवन जगायचे असेल तर कधीही तुमचे आरामदायी आयुष्य सोडू नका. तुम्हाला जर तुमचा विकास करायचा असेल – आपला विकास हाच शेवटी तुम्हाला आनंदी करणार आहे – तर तुम्हाला सतत तुमच्या आरामदायी आयुष्यातून बाहेर पडावं लागेल. म्हणून आपल्याला

हे समजायला हवे की जर मी घाबरत असेन तर ती चांगली गोष्ट आहे.

भीती असूनही तुम्ही आरामदायी आयुष्यातून बाहेर पडलात तर भीतीची तुमच्यावरची पकड ढिली होते. तुमचा धीर वाढतो.

'धाडस' Courage हा शब्द Coeur या फ्रेंच शब्दापासून तयार झाला आहे. त्याचा अर्थ हृदय हा आहे. तुम्हाला भीती वाटत असूनही तुम्ही त्याच्या पलीकडे गेलात तर तुमच्या हृदयात धाडस निर्माण होते. या पद्धतीने तुम्ही धाडस मिळविता. एखादी गोष्ट करण्यापूर्वी धाडस गोळा करावे लागत नाही, तर बरोब्बर याच्या उलट घडते. भीतीला गाडून टाकण्याच्या कृतीतून धाडस निर्माण होते! तुमच्यात धाडस निर्माण झाले की ज्या गोष्टींची तुम्हाला आधी भीती वाटत असते, त्या गोष्टी तितक्या भीतीदायक वाटत नाहीत.

लेन बीचले

जर आपले उद्दिष्ट ठरविण्याचे तुमच्यात धाडस असेल व ते साध्य करण्याची तशी कृती करण्याचा विश्वास तुमच्यात असेल, तुमचे तुमच्या सुरक्षित कोषातून रोज बाहेर पडू शकाल. म्हणून तुमच्या या सुरक्षित जीवनातून बाहेर पडणे हे यश मिळविण्यासाठी व पुरेसे धाडसी असण्यासाठी आवश्यक आहे.

मस्टिन किप

'फील द फीअर ॲन्ड डू इट एनीवे' नावाचे एक पुस्तक आहे. मी त्याचे नाव फक्त वाचले. मला इतर सर्व पुस्तक वाचण्याची आवश्यकता भासली नाही. मला हवे ते मिळाले आणि तोच सर्वोत्तम सल्ला होता.

मायकेल ॲक्टन स्मिथ

काही गोष्टींची मला अजूनही भीती वाटते. शेकडो लोकांसमोर उभे राहून भाषण देणे खूप भीतीदायक आहे. ज्या माणसाबद्दल तुम्हाला आदर वाटतो त्याला पहिल्यांदा भेटताना भीती वाटते. पण स्वत:ला अशा भीतीदायक स्थितीत ढकलूनच तुम्ही स्वत:ची प्रगती करून घेऊ शकता. तुमचा विकास होतो व तुम्ही तुमच्या स्वप्नांच्या निकट जाऊन पोचता. एलीनॉर रूझवेल्टच म्हणाली होती ना की, 'ज्या गोष्टींची तुम्हाला भीती वाटते त्यातली एकतरी रोज करा.' मला हे तत्त्वज्ञान फारच आवडते.

पूर्वतयारीमुळे भीती कमी होते. परीक्षा, भाषण इ. च्या आधी पूर्वतयारी झालेली असेल तर भीती वाटण्याचे प्रमाण कमी असते, हे कोणालाही पटेल. ज्या क्षणी तुम्ही तुमचं मन कशासाठी तरी तयार करता, त्या क्षणी तुम्हाला त्याची निष्पत्ती डोळ्यांसमोर दिसते. मग तुम्हाला वाटते, की तुमची भीती कमी होते आहे. तुम्हाला हाही शोध लागतो की भीती वाटणारी ती गोष्ट तुम्ही करायला लागलात की लगेच तुमची भीती नष्ट होते. या गोष्टीचा मला सतत अनुभव आला आहे. एखादी गोष्ट करण्यापेक्षा त्याची भीती वाटणे ही जास्त वाईट गोष्ट असते. ज्या वेळी तुम्ही 'मन:चक्षुंपुढे चित्र उभं करण्याचा' सराव करीत असता तेव्हा तुमच्या जे डोळ्यांसमोर आलं आहे ते प्रत्यक्षात येणं हे तुमचं अखेरची बक्षिसी असते.

धोका पत्करणे

ज्या वेळी मी *'द सिक्रेट'* हा चित्रपट बनविला त्या वेळी मी माझे करिअर, कंपनी, घर, नावलौकिक सर्व काही त्यात ओतलं होतं. पण मला एकदाही वाटलं नाही की मी धोका पत्करला आहे. मला माहीत होतं माझं स्वप्न सत्यात उतरेल.

जी. एम्. राव

माझं स्वप्न साकारण्यासाठी मी माझं वर्चस्व ओतलं. खरं तर माझ्याकडे जे होतं त्यापेक्षा २५ पट जास्त ही गुंतवणूक होती. पण मला एकदाही वाटत नाही की माझं स्वप्न प्रत्यक्षात येणार नाही. मी कायम 'मुबलकतेच्या' मनोभूमिकेतून काम करीत गेलो.

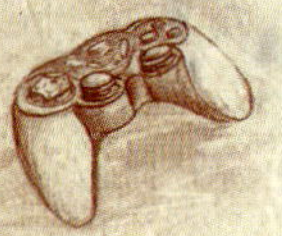

मायकेल ॲक्टन स्मिथ

धोका पत्करणे फार महत्त्वाचे आहे. हा धोका अवाजवी किंवा दु:साहसी असू नये. तुम्ही कुठे पोचणार आहात यावर पैजा मारण्यापेक्षा ती गोष्ट प्रत्यक्षात येणार याविषयी आत्मविश्वास बाळगणे जास्त महत्त्वाचे आहे. व्यवसायातले माझे तत्त्व असे की छोटी पैज मारावी, जर ती जिंकलात तर तशीच आणखी मोठी उडी घ्यावी आणि जर तसं घडलं नाहीच तर ती निराशा चटकन झटकून टाकता येते व परत नव्याने काम सुरू करता येते.

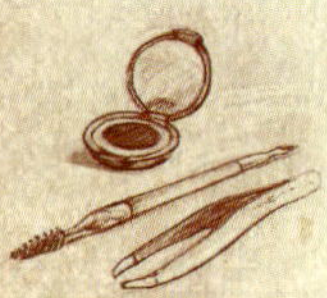

ॲनास्टाशिया सोर

अर्थात हे भीतीदायक असते. पण मी धोका पत्करणारी आहे. जर तुम्ही आयुष्यात धोका पत्करला नाही तर पहिलं म्हणजे तुम्ही किती कणखर आहात हे तुम्हाला कळणार नाही. दुसरं म्हणजे तुम्ही कधीच वाढू शकणार नाही.

'नायका'च्या या प्रवासात अनेक वेळा तुम्हाला धोका पत्करावा लागेल. हे पाऊल उचलणे योग्य आहे असे तुम्हाला वाटत असेल तर घाबरलेला असाल, तरी जरूर ते पाऊल उचला. पण तुम्ही घाबरलेले असाल आणि हे पाऊल उचलण्याच्या बाबतीत संभ्रमात असाल तर मुळीच उचलू नका. जोपर्यंत ती गोष्ट करण्याविषयी तुम्हाला खात्री वाटत नाही. शंका वाटते, तोवर कृती करू नका.

पीट कॅरॉल

मी 'यूएससी' मध्ये होतो आणि मी आयुष्याची नऊ उत्तम वर्षे तेथे काढली. आम्ही खूप मोठ्या स्पर्धांत जिंकलो, अनेक उच्चांक गाठले. मग मला 'एनएफएल'मध्ये जाण्याची संधी मिळाली, मी माझा सर्व चांगला काळ मागे सारला. जे माझे होते, मी जे मिळविले होते ते सर्व सोडून देण्याचा धोका मी पत्करला, कारण ती एक उत्कृष्ट संधी चालून आली होती. गोष्टी पणाला लावणे, आव्हान पत्करणे अधिक महत्त्वाचे होते.

कृतज्ञ अंत:करण

जी. एम्. राव

तुमच्या स्वप्नापर्यंत पोचण्याची कृतज्ञता ही गुरुकिल्ली आहे. कृतज्ञता जे तुमच्याकडे आहे आणि जे येणार आहे त्याविषयी सकारात्मक विचारांकडे जाण्याची ही पहिली पायरी आहे. 'सर्व काही चांगले आहे' ही भावना विश्वाकडून आशीर्वाद मिळवून देते.

'नायका'च्या प्रवासात कृतज्ञतेची भावना गरजेची आहे, हे एक अत्यंत विनम्र, मूक वैशिष्ट्य आहे, पण अत्यंत शक्तिशाली आहे. 'नायका'चा प्रवास सोपा पण जलद व्हावा यासाठी ती उपयुक्त आहे. कृतज्ञतेमुळे काही थांगपत्ता न लागता चमत्कारसदृश घटना घडून येतात आणि तुमच्या पदरात पडतात.

लेन बीचले

माझा 'कृतज्ञते'वर गाढ विश्वास आहे. त्यामुळे तुमची दृष्टी स्पष्ट होते. तुम्हाला 'त्या' क्षणात जगण्याची क्षमता मिळते. जेव्हा तुम्ही कृतज्ञ असता तेव्हा विश्व तुम्हाला अधिक आनंद व कृतज्ञता कसे मिळवून देते, याचा अनुभव विलक्षण असतो.

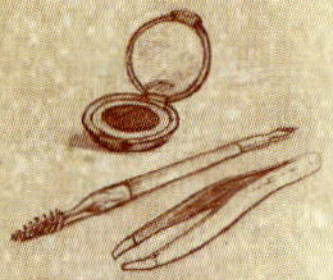

ॲनास्टाशिया सोर

पहाटे उठा आणि तुम्ही निरोगी, चालते बोलते आहात. तुमचा श्वास चालू आहे त्याबद्दल कृतज्ञ रहा.

तुम्ही सर्व प्रकारची नकारात्मक परिस्थिती कमी करू शकता. ती अगदी विरघळूनच जाऊ शकते. सर्व प्रश्न, अडचणी, आव्हाने कृतज्ञतेच्या भावनेतून नष्ट होऊ शकतात. जर एखादा प्रश्न निर्माण झाला किंवा अगदी मार्ग दिसेनासा झाला, तर मनातली खोल कृतज्ञतेची भावना तुमचा मार्ग मोकळा करेल. जणू काही या भावनेने विश्वाकडून तुम्हाला अडचणी ओलांडून जाण्यासाठी 'मोफत प्रवेशिका' मिळते. अचानक तुम्हाला असा अनुभव येतो की एकाएकी समोरची अडचण दूर झाली आहे, नाहीशी झाली आहे. तुमचा पुढचा मार्ग सुकर झाला आहे किंवा तुम्हाला प्रश्नावर उत्तर मिळतं व अडथळा पार करता येतो.

पीटर फोयो

तुम्ही करता त्या प्रत्येक गोष्टीमध्ये सर्वप्रथम कृतज्ञता हवी. तुम्ही या जगात आहात याबद्दल कृतज्ञता बाळगा. जर तुमच्या आयुष्यात चांगल्या गोष्टी असतील, तर त्याविषयी ऋणी व्हा आणि त्या गोष्टी वाढलेल्या तुमच्या अनुभवास येईल. तुम्ही जितके कृतज्ञ राहाल, तितक्या त्या गोष्टी वाढतील. जे लोक प्रसंग, जी स्थिती तुमच्यासाठी चांगल्या नाहीत त्या नष्ट होतील, नाहीशा होतील, संपतील. ज्या गोष्टी तुमच्यासाठी चांगल्या नाहीत, त्या एकाएकी नाहीशा होतानाचा अनुभव विलक्षण असतो. अशा प्रकारचा अनंत अनुभवांचा मी अनंत पातळ्यांवर अनुभव घेतला आहे.

प्रवासाच्या सुरुवातीपासूनच कृतज्ञता व्यक्त करणे तुम्ही शिकलात, संपूर्ण प्रवासात ती भावना कायम ठेवलीत, तर तुमचा प्रवास सोपा होतो व

कुठलीही अडचण नाट्यमय रितीने कमी होते. मनात जर कृतज्ञता नसेल तर तुमचं स्वप्न अद्‌भुतप्रकारे वास्तवात यावं यासाठी तुम्हाला मदत करणारी माणसं भेटवण्याची किंवा परिस्थिती तयार करण्याची संधीच तुम्ही विश्वाला देत नाही. त्याऐवजी तुम्हाला अत्यंत खडतर मार्गावरून चालायला लागते, त्याशिवाय कृतज्ञ अंत:करणातून निर्माण होणाऱ्या आनंदालाही तुम्ही मुकता.

मस्टिन किप

कृतज्ञतेविषयीची सर्वात मोठी गोष्ट ही की त्यामुळे तुम्ही तुमच्या कोषातून बाहेर पडता. तुमच्याकडे जे आहे त्यावर तुमचे लक्ष केंद्रित होते, तुम्हाला मिळालेले वर, इतर माणसे यावर तुमचं ध्यान केंद्रित होते. शेवटी त्यातूनच तुम्हाला हवे ते साध्य होते. जेव्हा तुम्ही कृतज्ञ असता तेव्हा तुम्ही 'स्व'वर केंद्रित नसता. त्यातून निर्माण होणारे दु:ख टळते.

मायकेल ॲक्टन स्मिथ

उलटेही खरे आहे. तुम्ही जर नकारालाच चिकटून राहिलात तर समस्या, नको ते प्रसंग तुमच्याभोवती लपेटले जातात. तुमची अधोगतीकडे वाटचाल सुरू होते. तुम्ही अधिक त्रस्त, बेचैन, दु:खी होता.

मस्टिन किप

साफल्यासाठी कृतज्ञता जरूरीची आहे. मला अनेक लोक माहीत आहेत जे यशस्वी आहेत पण कृतज्ञ नाहीत. पण मला तसे आयुष्य नको आहे.

पीटर फोयो

मला खात्री आहे की कृतज्ञता ही मनाची एक स्थिती आहे, जी सतत टिकवावी लागते. ही वस्तुस्थिती मला माहिती आहे.

कुठल्याही प्रसंगात ही भावना मी राखली नाही तर खूप बदल होतो हे मी स्पष्टपणे बघितले आहे.

मायकेल ॲक्टन स्मिथ

जर माझा एखादा दिवस वाईट गेला तर दिवसाच्या शेवटी स्नान करताना किंवा कॉफी घेताना, ज्या गोष्टीबद्दल कृतज्ञता वाटते त्याविषयी - माझे आरोग्य, मित्र, कुटुंब याविषयी - मी विचार करतो. त्याने माझी मन:स्थिती एकदम बदलते. मला वाटते सर्व यशस्वी माणसांना हे माहीत असते.

जेव्हा आम्ही *'द सिक्रेट'* हा चित्रपट बनवित होतो. तेव्हा मी १०-१५ मिनिटे कृतज्ञता व्यक्त केल्याशिवाय, सकाळी कधीच अंथरुणातून बाहेर आले नाही.

पीटर फोयो

अगदी माझ्या संगणकावरील 'सांकेतिक शब्द - पासवर्ड'सुद्धा असाच आहे जो मला, मी मला मिळालेल्या सर्व गोष्टींसाठी किती आनंदी, कृतज्ञ आहे याची जाणीव करून देतो.

पीटर बरवॉश

आईकडून सर्वात महत्त्वाची गोष्ट मी शिकलो ती ख्रिसमसच्या वेळी, मी पाच वर्षांचा असताना आणि नुकताच लिहूवाचू लागलो असताना, ज्या ज्या कोणी मला ख्रिसमसची भेटवस्तू दिली त्या प्रत्येकाला आभाराचे पत्र लिहिल्याशिवाय ती मला खेळायला बाहेर जाऊ द्यायची नाही. तेव्हापासून आजतागायत मी दररोज कुणाला ना कुणाला आभाराचे पत्र लिहायचा प्रयत्न करतो.

लेन बीचले

महिन्यापूर्वी मी Noosu मध्ये सर्फिंग करीत होते. लाटा इतक्या सुंदर होत्या, समुद्र इतका उबदार, मुलायम भासत होता. इतकी मजा आली, मी इतकी भरून पावले की माझ्या हृदयातून कृतज्ञतेची भावना उचंबळून आली. मी समुद्राकडे बघितले नि विचार केला. 'काय मजा आहे.' अचानक एक मोठी लाट आली, माझ्या आजूबाजूला मला आव्हान द्यायला कोणी नव्हते. मी तिच्यावर स्वार झाले. माझ्या आयुष्यातील ती सर्वात मोठी व उत्कृष्ट लाट होती. शेवटी मी समुद्राकडे फक्त पाहिले व म्हणाले, 'धन्यवाद!'

जर तुमच्यापाशी कृतज्ञ अंत:करण नसेल तर तुम्हाला कृतज्ञतेची शक्ती कधीच कळणार नाही. ज्यांना ही देणगी मिळाली आहे ते इतरांना ऐकू जाईल इतक्या मोठमोठ्यांदा तिची स्तुती करतात.

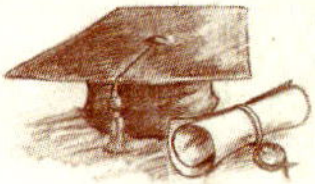

लिझ मरे

माझ्या आईचे दफन केल्यावर मी मित्राकडे गेले. त्याच्या हॉलमध्ये बसले. माझा मित्र जॉनी त्याच्या आईविषयी तक्रारी करू लागला. कारण रात्रीच्या जेवणासाठीचे पोर्क चॉप्स तिच्या हातून करपले. माझी दुसरी मैत्रीण तिच्या कामाच्या ठिकाणच्या 'साहेबां'विषयी तक्रार करीत होती. आणखी एक मैत्रीण शाळेतून काढून टाकल्याबद्दल तक्रार करीत होती. मी त्यांच्याकडे बघितले. आईबद्दल व शवपेटीबद्दल विचार केला. मी स्वत:कडे बघितले व मी किती नशीबवान आहे हा विचार माझ्या मनात आला. खरंच आम्ही किती नशीबवान होतो. कारण आमचे आरोग्य चांगले होते. आम्ही जिवंत होतो. माझा विश्वास आहे की, कृतज्ञता म्हणजे तुमच्याकडे जी प्रत्येक गोष्ट आहे, ती तुमच्याकडे नसती तर काय झाले असते याची अनुभूती. मग

सर्वच गोष्टी एकदम लक्षात आल्या. मला माझी संपत्ती दिसली. कारण मी फक्त जिवंत, निरोगी व तरुण नव्हते तर मला माझ्या मित्रमैत्रिणी होत्या. आम्ही परिपूर्ण नव्हतो, पण आमचे एकमेकांवर प्रेम होते. त्यांच्या घरी मी कोचावर, जमिनीवर कित्येक वेळा रात्री झोपत असे. मी अगदी बागेत किंवा इतरत्रही झोपले. पण मी मेले नाही. या पृथ्वीतलावरील माणसे व ते कुठल्या परिस्थितीतून जातात ती परिस्थिती याचा विचार केला, तर माझी गरिबीविषयीची व्याख्या अगदीच फिकी पडते. मला राहायला जागा नव्हती. मला खायला काही नव्हते. पण माझ्याकडे काय सुविधा होत्या याचे मला प्रत्यंतर आले.

अंत:प्रेरणा

पीटर बरवॉश

जगभरच्या नेते मंडळींचा मी ६ वर्षे अभ्यास केला. ९९.९% नेत्यांनी सांगितले की तर्कापेक्षा अंत:प्रेरणा महत्त्वाची आहे. तर्काचा तुम्ही अभ्यास करता तर अंत:प्रेरणा म्हणजे तुम्ही स्वत:! याचा अर्थ असा नाही तुम्ही व्यावहारिक राहू नये. तुमचा तर्क व सामान्यज्ञान वापरू नये. पण पहिल्यांदा मनात येणारा भावनिक विचार हा फारच महत्त्वाचा आहे.

''तुमचे अंत:करण व अंत:प्रेरणा यांच्या मार्गाने जायचे धाडस करा. तुम्हाला नक्की कोण व्हायचे आहे, ते त्यांना नक्कीच माहिती असते.''

स्टीव्ह जॉब्ज

ॲपल इन्कॉ.चा सहसंस्थापक

मस्टिन किप

तुमचं स्वप्न साकार करण्यासाठी अंत:प्रेरणा हे प्राथमिक साधन आहे. तुमचा अंत:प्रेरणेवर विश्वास नसेल तर तुम्ही सतत तोंडघशी पडाल.

अंत:प्रेरणा ही एक ज्ञानशलाका आहे. ती तुम्हाला जेव्हा प्राप्त होते तेव्हा अत्यंत शक्तिशाली व प्रभावी विचार तुमच्यात निर्माण होतो. आपल्या आयुष्यात काही विशिष्ट गोष्ट घडल्यावर एखाद्या दिशेने जाण्यास किंवा एखाद्या दिशेने न जाण्यास ही भावना आपल्याला भाग पाडते. ही भावना अत्यंत प्रभावी व अचानक निर्माण होते. लोकांना या विचाराबद्दल पुर्नविचार करावासा वाटतो. त्यांच्या जागृत मनाशी संवाद करावासा वाटतो.

मायकेल ॲक्टन स्मिथ

अगदी अंत:करणातून जी जाणीव आपल्याला होते तिच्यावर ठाम विश्वास ठेवणाऱ्यांपैकी मी आहे. अनेक लोकांना हा फालतूपणा वाटतो. कुठल्याही पुराव्याशिवाय त्याच्यावर विश्वास ठेवणे मूर्खपणाचे वाटते. पण माझा विश्वास आहे की यापेक्षा त्यामध्ये नक्कीच काहीतरी खास आहे. कारण आपल्या जागृत मनापेक्षा अंतर्मन बरंच काहीतरी मिळविते. हे अंतर्मन या अंतर्जाणीवेतूनच आपल्याशी बोलते. जेव्हा एखाद्याच्या बाबतीत किंवा एखाद्या स्थितीत अशी जाणीव निर्माण झाली तर तिच्याकडे लक्ष देणे खूप महत्त्वाचे आहे. तिचं जर ऐकलं तर बहुतेक वेळेस फायदाच होतो असा माझा अनुभव आहे.

अंत:प्रेरणा म्हणजे काय? ती कुठून येते? याचे शास्त्राला अजूनही ज्ञान नाही. प्राचीन ज्ञानानुसार अंत:प्रेरणा ही वैश्विक मनाच्या अत्यंत उच्च पातळीवरून येते. हे स्थान कंपनांच्या माध्यमातून आपल्या अंतर्मनाकडे येते. ही कंपने मग मेंदूकडे जातात व काही विशिष्ट अंत:स्त्रावी ग्रंथींकडे

जातात व आपल्याला समजू शकेल अशा भाषेत ते व्यक्त होते. म्हणूनच अशा अंत:प्रेरणेच्या भावनेच्या क्षणी आपल्याला पोटात किंवा हृदयात काही जाणीव होते.

सोप्या शब्दात, अंत:प्रेरणा ही विश्वाचा तुमच्याशी संवाद असते. वैश्विक मनाच्या दृष्टिकोनातून, पुढे काय आहे हे तंतोतंत बघता येते व विश्व त्या मार्गाने जाण्यास तुम्हाला प्रेरित करते. जेव्हा असा संदेश तुमच्याकडे येईल तेव्हा त्यावर पुनर्विचार करू नका. त्याच्या विरोधात पुरावे असले, तरी तुमच्या अंत:प्रेरणेवर विश्वास ठेवा. कारण विश्वाला मार्ग माहीत असतो.

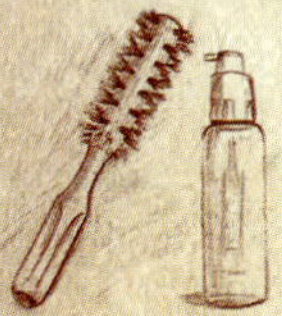

जॉन पॉल डेजोरिया

मला एखाद्या माणसाबद्दल काय वाटते, अंत:प्रेरणा काय सांगते त्यावर मी त्या माणसाला काम देतो. जर मला एखाद्याबरोबर धंदा करायचा आहे, हे आतून वाटले तर मी त्यावर विसंबतो, कारण आत्म्याला त्याची जाणीव होते.

लेन बीचले

अंत:प्रेरणेला आपण कमी लेखतो. आपण आपल्या सहज जाणीवांवर विश्वास ठेवत नाही. माझ्या ज्या काही मोठ्या चुका झाल्या आहेत त्या मी माझ्या आतला आवाज ऐकला नाही म्हणून किंवा मी ऐकला व त्यावर शंका घेतल्या म्हणून तुम्ही त्यावर विश्वास ठेवायला शिकणे महत्त्वाचे आहे.

जसा अनेकांनी केला तसा तुम्ही अज्ञानाने अंत:प्रेरणेचा म्हणून आवाज बंद केला असेल पण या क्षणाला तुम्ही तो पुन्हा जागृत करू शकता. अंत:प्रेरणेचा वापर केला तर तिची ताकद वाढते. अनेक यशस्वी माणसे त्यावर मोठा विश्वास टाकतात, याचे हेच कारण आहे. ते त्यांच्या

अंत:प्रेरणेवर विश्वास ठेवतात, त्याप्रमाणे वागतात, तशी कृती करतात. त्यातूनच त्यांच्या अंत:प्रेरणेची शक्ती प्रचंड वाढते. अनेक यशस्वी माणसे कुठलाही निर्णय घ्यायच्या आधी अंत:प्रेरणेच्या शक्तीचा वापर करतात.

लेर्ड हॅमिल्टन

ज्या ज्या वेळी मला आतून जाणीव होते, त्याप्रमाणे मी कृती करतो. हे मजेशीर आहे की तसे वागायला तुम्ही जागरूक झालात की तुम्ही त्यात आणखी पारंगत होता. हे एक असे जीवनावश्यक कौशल्य आहे ज्यात तुम्ही अधिकाधिक प्रवीण होऊ शकता.

आपल्या अंत:प्रेरणेवर विश्वास ठेवणे व बऱ्याचदा त्याप्रमाणे वागणे याशिवाय तुमच्या या शक्ती वाढविण्याचा आणखी एक सोपा उपाय आहे – प्रश्न विचारा!

जेव्हा तुम्ही प्रश्न विचारता तेव्हा तुम्हाला आतून उत्तर येते. सोप्या प्रश्नांपासून सुरुवात करा, ज्याचं उत्तर लगेच मिळाल्याने अंत:प्रेरणेच्या जाणीवेवर तुमचा विश्वास बसेल. उदा. 'हा माणूस केव्हा येईल?' किंवा 'आज या माणसाने कोणत्या रंगाचे कपडे घातले असतील?' जेव्हा तुमचा फोन वाजेल, तो तुमच्या समोर नसेल, तर विचारा, 'कोणाचा फोन आहे?' अनेक वेळा तुमचं मन तुम्हाला उत्तर देईल. पण प्रश्न विचारताना तुमचं मन तुम्ही स्थिर ठेवलेत तर तुमचं मन उत्तर स्वीकारायच्या अवस्थेत असेल. सरावाने फोन करणाऱ्या व्यक्तीचे नाव तुमच्या मनात 'चमकून' जाईल.

एखादा प्रश्न विचारताना किंवा त्याचे उत्तर देताना तीच प्रक्रिया होते, जी उत्तर तुमच्याकडे प्रक्षेपित होताना होते. पण उलट्या पद्धतीने, म्हणजे तुमचा प्रश्न वैश्विक मनाकडे पाठविला जातो. खरं तर आता तुम्हाला समजेल की, उद्योजक जगाला हवी असलेली उत्तम कल्पना जेव्हा शोधतात तेव्हा अगदी योग्य ती कल्पना त्यांच्याकडे कशी येते!

जसजशी ही अंत:प्रेरणेची जाणीव प्रगल्भ होईल, तसतसे तुम्हाला योग्य ती गोष्ट करायला प्रेरित/प्रवृत्त केले जाईल. जेव्हा ती गोष्ट योग्य तीच घडेल, अनेक यशस्वी लोकांप्रमाणे तुम्ही तुमच्या अंत:प्रेरणेवर विश्वास ठेवाल व आपल्या या मोठ्या क्षमतेची तुम्हाला जाणीव होईल.

THE WAY OF THE HERO

'नायका'चा मार्ग

सुवर्ण नियम

लेर्ड हॅमिल्टन

तुम्ही माझ्या आईला सांगितलं, 'मासिकाच्या मुखपृष्ठावर माझा फोटो छापून आला आहे' किंवा 'मी हे साध्य केले' तर ती म्हणेल, 'छान, पण तुम्ही लोकांशी कसे वागता?'

पीटर फोयो

इतरांनी तुम्हाला जसं वागविलं पाहिजे, तसं तुम्ही त्यांच्याशी वागा. तुम्ही इतरांसाठी जे कराल, तेच इतर तुमच्यासाठी करतील.

आपण आपल्या कृतीचे परिणाम काय होतात, ते सकारात्मक आहेत का नकारात्मक, हे अनुभवले नाही तर आपण कधीच काही शिकू शकणार नाही. आणि आपला कधीच विकास होणार नाही. तुम्हाला गरम इस्त्रीला हात लावला तर काय घडते. कामाच्या वेळी झोपले तर काय होते किंवा फोनचे

बिल भरले नाही तर काय होते हे समजते. पण अनेकांना हे माहीत नसते की आपण लोकांशी जसे वागतो त्याचे सर्वात मोठे परिणाम अनुभवास येतात.

पीट कॅरॉल

आपण लोकांना कसे वागवितो हे अत्यंत महत्त्वाचे आहे. आपल्या कार्यक्रमाचे एक तत्त्व हे आहे की आम्ही सर्वांचा मान राखतो. इतरांशी वागताना एक गोष्ट कायम ध्यानात ठेवावी, की तुम्ही तुमच्या भोवतीच्या लोकांशी चांगले वागलात तर तुम्हाला सर्वात चांगले परिणाम मिळतील.

जॉन पॉल डेजोरिया

आजूबाजूच्या लोकांशी चांगले न वागण्याने तुमचा फायदा होत नाही. अनेक वेळा तुम्हाला वाटते की तुम्ही चांगले आहात, पण तुम्ही प्रत्यक्षात जसे नसता. लोकांशी नीच पद्धतीने वागू नका. त्याचा तुम्हाला त्रास होईल. हा सुवर्ण नियम आहे. तुम्ही जसे इतरांशी वागाल तसेच इतर तुमच्याशी वागतील.

''महत्त्वाचे असणे चांगले आहे. पण चांगले असणे जास्त महत्त्वाचे आहे.''

रॉजर फेडरर
टेनिस विश्वविजेता

इतरांशी तुम्ही वाईट वागलात तर तुम्हाला कधीही खरा आनंद मिळणार नाही. आपण सर्व एकमेकांशी जोडले गेलो आहोत. आपण एकाच कुटुंबाचे घटक आहोत. हे विश्व आपल्या सर्वांसाठी आहे. आपण कुणाला जेव्हा त्रास देतो तेव्हा प्रत्यक्षात तसे विश्वाशीच वागत असतो – ही फारच मोठी चूक आहे. फार मोठी!

मायकेल ॲक्टन स्मिथ

ही गोष्ट करण्यासारखी आहे, योग्य प्रकारे जीवन जगण्याचा तो एक मार्ग आहे. 'कृपया', 'धन्यवाद' हे शब्द वापरणे, इतरांचा सन्मान करणे, जेवढा शक्य आहे तेवढी मदत त्यांना करणे, हे फारच महत्त्वाचे आहे.

जॉन पॉल डेजोरिया

पुढची गोष्ट ही आहे की अफवा पसरवू नका. तुम्हाला काही गोष्टींची सत्यता पूर्णपणे माहीत नाही. या ग्रहावर आपण सकारात्मक वृत्तीची प्रक्षेपणे करा. तुम्ही नकारात्मक विचार प्रक्षेपित केलेत, तर तुमचा विकास थंडावेल, तुमच्या भोवतीची प्रत्येक गोष्ट थांबेल.

तुम्ही एखाद्याला भेटवस्तू दिलीत, त्याने त्याबद्दल धन्यवाद दिले नाहीत, त्याचा स्वीकार केला नाही, तर तुम्ही त्याच्यासाठी दुसरी भेटवस्तू आणायला जाणार नाही. त्याचप्रमाणे आपण गर्विष्ठपणे, कृतघ्नपणे किंवा तुच्छपणे वागलो तर जीवनातील सुदैव, सुसंधी, 'सुवर्णसंधी' या सगळ्यांना आपण मुकतो. कुठल्याही परिस्थितीत आपण जर लोकांशी सहृदयतेने वागलो, तर विश्वाकडून हे प्रेम आपल्याला परत मिळते. प्रत्येकाच्या जीवनात याच पद्धतीने घटना घडत असतात.

लेर्ड हॅमिल्टन

ही फारच अद्‌भुत गोष्ट आहे. तुम्ही देता आणि तुम्ही उदार आहात म्हणून तुम्हाला परत मिळते, तशाच उदाहरहस्ते परत मिळते. लोकांना हे सांगा आणि त्यांना समजण्यास अत्यंत सोपा असा हा विचार आहे.

लेन बीचले

याबद्दल जागरूक राहा की तुम्ही केलेली प्रत्येक निवड, उच्चारलेला प्रत्येक शब्द, केलेली प्रत्येक कृती यांचे परिणाम असतात, इतरांवरही त्यांचा प्रभाव पडतो.

पॉल ऑरफेलिया

माझा कर्मावर विश्वास आहे. तुम्ही जगात जे करता, ते परत तुमच्याकडे येते. दुसऱ्या शब्दात, चांगली कृती करा आणि त्याचे परिणाम भोगण्यासाठी तयार राहा.

''न्यूटनचा गतीचा तिसरा नियम म्हणा अथवा कर्म म्हणा, कुणी काहीही नाव द्या - याची मला गेली कित्येक वर्षे जाणीव आहे. मी त्याला कारण व परिणाम म्हणतो. तुम्ही जगात ओतलेली ऊर्जा तुमच्याकडे परत येते. किंवा दुसऱ्या शब्दात - फळ हे त्याच्या बी मध्ये असते. सफरचंदाचे झाड लावून त्याला अव्हॅकॅडो लागण्याची अपेक्षा करू नये. तुम्ही कसे वागता व काय करता यामध्ये तुमच्या आयुष्यात काय घडणार याची बीजे आहेत.''

टॉम शॅड्याक
चित्रपट दिग्दर्शक

पीटर बरवॉश

अनेक लोक म्हणतात, 'माझा कर्मावर विश्वास नाही' खरं तर, तुमचा विश्वास असो किंवा नसो, हे घडणारच आहे.

'नायका'च्या प्रवासात तुम्ही जसे पुढे जाल, तसे आणखी वाढाल आणि तुमचे मन आणखी मोठे होईल. तुमचं मन इतकं मोठं होईल की ज्या पूर्वी तुम्हाला कधी कळल्या नव्हत्या त्या तुमच्या रोजच्या आयुष्या पलीकडच्या कित्येक गोष्टी तुम्हाला कळायला लागतील. असं बघा की तुम्ही इतरांसाठी जे चांगले/प्रेमाने कराल, त्यापेक्षा जास्त काही तुम्हाला मिळेल. तुम्ही इतरांशी जर वाईट वागाल तर तसंच वाईट तुमच्याकडे येईल. तुमच्या कृतींचे परिणाम काय होतात हे तुमच्या लक्षात येईल. तुमच्या आणि तुमच्या आजूबाजूच्यांच्या कृतींचे फळ काय मिळते. सर्व गोष्टीत एक समान धागा सापडेल, त्या गोष्टी करताना मनात काय चालले आहे याचा अंदाज येईल. जीवनाचा ताल तुमच्या लक्षात येईल, आधी तुमच्या डोळ्यांपुढे जर अस्पष्टता असेल तर आता दृष्टी एकदम स्वच्छ होईल.

लेर्ड हॅमिल्टन

माझ्या छोट्याशा कर्माचाही परिणाम मी लगेच भोगतो. मी जर काही वाईट बोललो तर माझा पाय अडखळतो किंवा माझं डोकं आपटतं, नकारात्मक विचाराचे परिणाम मला लगेच भोगायला लागतात. त्यामुळे सकारात्मक वागण्याची मला आठवण होते. अनेक वेळा मला हे अनुभवाला आले आहे की जेव्हा मी समुद्रात जातो आणि त्या वेळी मी कोणाशी वाईट वागलेलो असेन किंवा त्याच्याशी चुकीचे बोललेलो असेल तर मी लाटेमध्ये अक्षरशः बुडतो. ज्या वेळी सकारात्मक विचाराने जातो, त्या वेळी मला एखाद्या मोठ्या छान लाटेवर स्वार व्हायला मिळते.

जी. एम्. राव

व्यवसाय करण्याचा माझा हेतू फक्त पैसे मिळविण्यापुरता मर्यादित नाही. ज्यातून समाजात मोठा बदल घडून येणार आहे, असे कोणते तरी मोठे उद्दिष्ट पूर्ण करणे हे माझे कर्म आहे. व्यवसाय

म्हणजे समाजसेवा करण्याची संधी. समाजाला तुम्ही काय देता, यावरच तुमच्या व्यवसायाची भरभराट अवलंबून असते.

तुम्हाला आधीच हे माहीत आहे की इतरांबद्दल वाईट बोलण्याने आपल्याला आनंद वाटत नाही. हे वाईट वाटण्याची जाणीव तुम्हाला सतत सांगते की तुमची वागणूक तुमच्यातील 'नायका'च्या विपरित आहे. अशा वागण्याचे परिणाम आपण भोगतो, आपले मानसिक व शारीरिक आरोग्य धोक्यात येते. आनंद हरवितो.

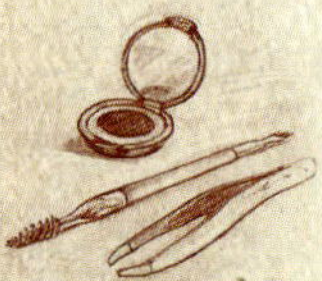

ॲनास्टाशिया सोर

माझ्यामुळे इतरांना त्रास होईल अशी कुठलीही गोष्ट मला करावीशी वाटत नाही. त्याचे कारण एकच - त्यामुळे मला होणारा त्रास, माझ्यावर त्याचा इतका वाईट परिणाम होतो की माझ्यासाठी ते नक्कीच चांगले नाही. इतरांना त्रास होण्यापेक्षा मलाच जास्त त्रास होतो. मी जर काही चांगले करू शकत असले तर मी ते करते, त्याच्या बदल्यात कुठल्याही गोष्टीची मला गरज भासत नाही.

''जेव्हा तुम्ही एखादी चांगली गोष्ट करता, जेव्हा तुम्ही सकारात्मक विचार करता. तेव्हा तुम्ही आनंदी होता. याच पद्धतीने माणसे जोडली गेली आहेत. म्हणूनच कर्माचा उद्देश - जर उद्देश असेलच तर - काहीतरी चांगले परत मिळविण्यासाठी चांगले करण्याचा नाही. उद्देश हा आहे की सकारात्मक राहा. हे सर्वात महत्त्वाचे आहे. म्हणूनच खरी क्रांती ही व्यक्तिगत पातळीवरील क्रांती आहे.''

टॉम शॅड्याक
चित्रपट दिग्दर्शक

विनम्रता

लेन बीचले

जर तुम्ही 'नायका'च्या प्रवासात असाल, तर 'जमिनीवर' राहण्याची व विनम्र असण्याची अत्यंत आवश्यकता आहे.

पीटर बरवॉश

सर्वार्थाने विनम्र व्हा. कारण तुम्ही विनम्र राहिलात तर तुमची ऐकण्याची वृत्ती राहील. तुम्ही ऐकलंत तरच तुम्ही काही शिकू शकाल आणि शिकलात तर शिकवू शकाल.

मस्टिन किप

माझ्या शिक्षकांनी मला सांगितले, 'जेवढे तुम्ही उंच जाल, तेवढे विनम्र व्हा. विनम्रतेमुळे आपल्यापर्यंत कधीही कोणीही पोचू शकते. आज तुम्ही यशस्वी आहात, तुमची वस्तू चांगली विकली जाते याचा अर्थ असा नाही की यशाची नेहमीच खात्री आहे.

पॉल ऑरफेलिया

माझे वडील नेहमी सांगायचे तुमच्या उद्याच्या अपयशामागचे सर्वात महत्त्वाचे कारण म्हणजे आजचे यश तुमच्या डोक्यात जाऊ शकते.

आपण 'नायका'च्या प्रवासाला लागणार की नाही हे आपली वागणूक व आपण इतरांना कसे वागवितो यावरून ठरते. नायक हा नेहमीच दयाळू व विनम्र असतो. त्यामुळे त्याचा मार्ग हा दयाळूपणा व विनम्रतेचा असतो. आपली वर्तणूक ही आपली स्वप्ने पूर्ण करण्यासाठीच्या मार्गावर पुढे नेण्याचे काम करते किंवा आपल्या अधोगतीकडेही नेते. निवड आपली आहे.

COMMITMENT

निष्ठा

ॲनास्टाशिया सोर

माझे हे ध्येय होते. माझी निष्ठा होती, की अगदी दारे बंद झाली तरी मी ती ठोठावेन, मी ती मोडेन किंवा मी खिडकीतूनही आत प्रवेश करेन. ते घडवून आणण्यासाठी मी सर्व मार्ग अवलंबेन.

तुम्हाला एखादी गोष्ट हवीच असली की तुम्ही आपोआप तिच्याशी जोडले जाता. तुम्ही त्याविषयी विचारसुद्धा करत नाही. तुम्ही सरळ त्यावर झेप घेता. जर तुम्हाला एखादा सिनेमा बघायचाच असेल तर चित्रपटगृहापर्यंत जाणे व सिनेमा पाहणे यासाठी फारसे प्रयत्न करायला लागत नाहीत. जेव्हा तुम्ही प्रेमात पडता, तेव्हा त्या माणसाला बघितल्याशिवाय तुम्हाला राहवत नाही.

लेर्ड हॅमिल्टन

समुद्रावरच्या खेळांबाबत एक गोष्ट म्हणता येईल. ते तुमच्याकडून पुरेपूर एकनिष्ठा मागतात. तुम्ही अर्धमुर्ध लाटेवर स्वार होत नाही. तुम्ही एक तर लाटेवर स्वार होता किंवा

होत नाही. प्रत्येक लाट, प्रत्येक स्वारी म्हणजे विश्वास आणि एकनिष्ठपणा असतो. तुम्ही तो दाखवता.

लेर्ड हॅमिल्टनला एकनिष्ठता म्हणजे काय हे माहीत आहे. एकनिष्ठ होण्यासाठी तुम्हाला कुठली प्रेरणा हवी असेल, लेर्ड हॅमिल्टनचा व्हिडीओ पाहा – ज्यात ताहितीच्या आग्नेय किनाऱ्यावरील टीह्युपुयोच्या किनाऱ्यावरील अत्यंत धोकादायक लाटांवर स्वार होण्यासाठीची त्याची एकाग्रता तुम्हाला दिसेल.

जगातील सर्वात मोठ्या लाटांबद्दल ज्याची प्रसिद्धी आहे त्या टीह्युपुयोला सतत २१ फूट उंचीच्या लाटा निर्माण होतात. एखाद्या इमारतीएवढ्या रूंद, अशा या लाटा अत्यंत उथळ व धारदार, किनाऱ्यावर येऊन आपटून फुटतात. एवढ्या मोठ्या टीह्युपुयोच्या लाटांवर सर्फिंग करण्यासाठी जेट स्कीवरून आत जावे लागते आणि अतिशय वेगाने तुम्हाला भिरकावावे लागते.

हातातली दोरी जेव्हा लेर्डने सोडली तेव्हाच त्याने भिंतीएवढी रूंद राक्षसी लाट त्याच्या मागे उसळताना पाहिली. तिच्यावर स्वार व्हायचे का नाही हे ठरवायला त्याला निमिषार्ध होता. त्याने जर लाटेवर स्वार होण्याचे पक्के ठरविले नसते तर तो त्या पर्वता एवढ्या लाटेवर व धोकादायक समुद्रात जिवंतच राहू शकला नसता. त्याऐवजी लेर्ड हॅमिल्टनने शक्यतांच्या सर्व मर्यादा पार केल्या व सर्फिंगमध्ये ऐतिहासिक कामगिरी केली.

लिझ मरे

तुम्हाला जे करायचे आहे ते करण्यासाठी आज तुमच्याजवळ जे आहे ते पुरेसे आहे का हे नेहमीच ठरवावे लागते. 'हे मिळविण्यासाठी अमुक एक गोष्ट हवी आहे', असा तुम्ही विचार

केलात तर तुम्ही कायम योग्य वेळेच्या शोधात राहाता. खरं तर 'योग्य' अशी कुठलीच वेळ नसते.

'योग्य वेळ' ही भविष्यात कधीच नसते. ती 'आत्ताच' आहे आणि तुमच्या स्वप्नांकडे जाणाऱ्या मार्गाचे दरवाजे तुमच्या निष्ठेमुळे 'आत्ताच' उघडतात. जोपर्यंत तुम्ही कटिबद्ध होत नाही तोपर्यंत तुम्हाला फक्त भिंतीच दिसतात.

मायकेल ॲक्टन स्मिथ

तुम्हाला खरंच कटिबद्ध व्हावे लागते. अर्धवट प्रयत्न उपयोगाचे नाहीत. ज्या वेळी तुम्ही निश्चय करता त्या वेळी तुमच्या शरीरातील प्रत्येक नस, तुमचे अंतर्मन, जागृत मन, तुम्ही जागे असा वा स्वप्नात असा, तुम्हाला जे मिळवायचे आहे त्यासाठी काम करीत राहतात त्यामुळेच पूर्णपणे फरक पडतो.

लॅर्ड हॅमिल्टन

ज्या वेळी तुम्ही निश्चय करता, त्या वेळी परिस्थिती आपोआप तयार होते. मला जायला आवडेल, 'मी याचा आधीच विचार केला होता. मी फारच चाणाक्ष आहे' पण खरंच कोणी तेवढं चाणाक्ष नसतं. त्या गोष्टी तशा घडतात कारण 'हे शक्य आहे' असा तुमचा ठाम विश्वास असतो.

लेन बीचले

अचानक तुम्हाला मार्गदर्शक मिळतात. ते 'विश्वा'कडून पुरविले जातात. हे अगदी असे म्हणण्यासारखे आहे, 'जर शिष्य तयार असेल, तर गुरू दृश्यमान होतो.'

मस्टिन किप

तुमच्या स्वप्नाशी तुमची पूर्णपणे एकनिष्ठता असेल तर दारे आपोआप उघडतील. मला खरंतर असं वाटतं की दारे तेथे असतातच, पण जेव्हा तुमचा विश्वास ठाम असतो, तेव्हा तुम्हाला ती दिसायला लागतात.

जी. एम्. राव

जेव्हा माझी निष्ठा ही खात्री बनली, तेव्हा दारे उघडली. जेव्हा आम्ही दिल्ली विमानतळासाठी बोली लावली तो प्रसंग मला आठवतो. जगातील सर्वात चांगला विमानतळ आम्हाला बनवायचा होता. जे आमचे स्वप्न होते. या प्रकल्पाकडे जगातील सर्वोत्तम व मोठे विमानतळ बांधणाऱ्या कंपन्या आकृष्ट झाल्या. लिलावाची प्रक्रिया फारच गुंतागुंतीची व दमविणारी होती. आम्ही अनेक चांगले सहकारी, माहीतगार, तज्ज्ञ व लिलावातील उत्कृष्ट टीम तयार केली. आम्ही जगातल्या आधुनिक विमानतळांना भेटी दिल्या. त्यातून खूप शिकलो. मार्गातील प्रत्येक अडथळा पार केला व बोली लावणारा तांत्रिकदृष्ट्या चांगला गट म्हणून आमचं नाव झालं. पण आमचा प्रवास तिथेच संपला नाही. या प्रक्रियेत कायदेशीर आव्हानांना सामोरं जावं लागलं. त्यामुळे देशातील सर्वोच्च न्यायालयातही आम्ही गेलो. त्यातून होणाऱ्या उशीरामुळे बांधकामची मुदत आणखी कमी झाली. हा जगातला पाचवा मोठा विमानतळ असणार होता आणि त्यासाठी ५८ विभागांच्या कामाचे सुसूत्रीकरण करायचे होते. जे अत्यंत गुंतागुंतीचे होते, ज्या वेळी आम्ही प्रकल्पाला सुरुवात केली तेव्हा सर्व गोष्टी आपापल्या जागी चपखल बसल्या. २.५ दशलक्ष डॉलर्सचे आर्थिक पाठबळ उभे राहिले. २७ देशांतील ४०,००० पेक्षा जास्त कर्मचारी व इंजिनिअर एकत्र आले व फक्त ३७ महिन्यात प्रकल्प पूर्ण करण्याचा जागतिक उच्चांक स्थापित झाला. विश्वाने आमच्या निश्चयाला व जगातील

सर्वोत्कृष्ट विमानतळ बांधण्याच्या स्वप्नाला आशीर्वाद दिले व आमचे ध्येय गाठण्यासाठीचा मार्ग सुकर केला. आज १९९ विमानतळांमध्ये आम्ही चौथ्या क्रमवारीवर आहोत.

जेव्हा आपण एखाद्याला त्याचे स्वप्न पूर्ण करताना बघतो तेव्हा ते करण्यासाठी त्याला काही खास बाबी उपलब्ध असतील, अशी आपली समजूत जर होत असेल तर ते चुकीचं आहे. खरं तर त्याच्या उलट घडत असतं. जेव्हा तुम्ही 'नायका'चा प्रवास करण्याचे ठरविता तेव्हा या खास गोष्टी तुम्हाला मिळतात. जणू काही तुमचं स्वप्न पूर्ण होण्यासाठी विश्वाकडूनच कोणाचीतरी नेमणूक होते व तुम्हाला हवी असणारी प्रत्येक गोष्ट योग्य वेळी पुरविण्याची त्याची जबाबदारी असते.

निष्ठा व विश्व

माझ्या मुलीच्या मित्राला सुरक्षित नोकरी होती. त्याला माहिती होते की १५ वर्षे कष्टाळूपणे काम केले. तर तो कामाच्या ठिकाणी वरचा हुद्दा मिळवू शकेल. पण त्या कामातून त्याला आनंद मिळत नव्हता. त्याने खरेच लक्षपूर्वक काम केले. पण फक्त यासाठी की त्याला जगात त्याच्या सर्वात आवडीचे काम करता यावे म्हणून. ते काम म्हणजे सर्फिंग. म्हणून या युवकाने एक मोठा निर्णय घेतला. त्याने ठरविले की त्याला त्याच्या आनंदाच्या मार्गाने जायचे आहे.

कार्पोरेट जगातील या नोकरीचा राजीनामा द्यायचे त्याने अनेक महिन्यांपूर्वी ठरविले व सर्फिंगचे स्वप्न पूर्ण करण्यासाठी योजना आखल्या. आपल्या निर्णयावर ठाम राहून, बरोबर ठरविलेल्या दिवशी त्याने नोकरी सोडली. फक्त स्वप्न डोळ्यांसमोर ठेवून त्याच्याशी पूर्ण प्रामाणिक राहिल्यामुळे सर्व विश्व त्याच्या दिमतीला हजर झाले.

एका यशस्वी सर्फ बोर्ड तयार करणाऱ्याने त्याला येण्याची व सर्फ बोर्ड कसा तयार करतात ते बघण्याची परवानगी दिली. इतर शेपर्सनीसुद्धा त्याला फुकटात हे काम शिकविले. आणखी पैसे वाचविण्यासाठी सर्फ बोर्डसाठीची हत्यारे कशी तयार करायची ते त्याला शिकविले. एका ग्राफिक डिझायनरने त्याच्या नव्या व्यवसायाचा लोगो काहीही पैसे न घेता तयार करून दिला. सर्फिंगसाठी लागणारे सर्व साहित्य एका दुकानातून त्याला घाऊक किंमतीला मिळाले. हत्यारे, दिवे व स्टुडिओसाठी शेल्व्हस त्याच्या वडिलांनी दिली. स्टुडिओसाठी जागा फुकट मिळाली – अगदी समुद्रकिनाऱ्यावरची कॅलिफोर्नियाच्या किनाऱ्यावरील रमणीय दृश्य दिसेल अशा ठिकाणी. तो जेथे जातो तेथे त्याच्याकडून लोक सर्फ बोर्ड तयार करून घेतात.

हे सर्व फक्त दोन आठवड्यात घडले. जेव्हा तुम्ही तुमच्या स्वप्नांवर विश्वास ठेवता तेव्हा इतक्या जणांना दिमतीला उभे करण्याची 'विश्वा'ची शक्ती असते. जेव्हा तुम्ही तुमच्या आनंदाच्या मागे लागता तेव्हा सर्व सुखसोयींचा तुमच्यावर वर्षाव होतो.

मस्टिन किप

जर तुम्ही स्वप्न बघितले असेल, तर 'प्लॅन बी' तयारच करू नका. विल स्मिथ म्हणतो, 'जर तुम्ही 'प्लॅन बी' केला तर तसेच घडते. तुम्हाला 'प्लॅन ए' प्रमाणेच सर्व काही घालावे लागेल. तुमचे सर्व प्रेम, सर्व विश्वास, सर्व शक्ती, सर्व निश्चय त्यासाठीच वापरा.'

लेर्ड हॅमिल्टन

एखादी आधारासाठीची योजना तुमच्यापाशी असते. काहीही झालं तरी अगदी माझी फक्त करंगळीच हालचाल करत असली तरीही मी काहीतरी करून बाहेर पडू शकतो, हे तुम्हाला माहीत

असते. पण ही योजना तुम्ही वापरणार नाही आहात. जर तुम्ही त्यावर लक्ष केंद्रित केलं तर तीच तुमची योजना बनेल.

तुमच्या मनात पडलो तर धरायला म्हणून आधारासाठी एक योजना असू शकते. म्हणजे ही जाणीव की काहीही झालं तरी मी व्यवस्थित राहीन. पण तुम्ही 'बी' योजना फारच गंभीरपणे तयार केली तर तुमचे अंतर्मन 'बी' योजना प्रत्यक्षात आणण्याचा धोका असतो. तुमचे सर्व लक्ष 'ए' योजनेवरच केंद्रित करा. मग तीच प्रत्यक्षात येईल.

निश्चय

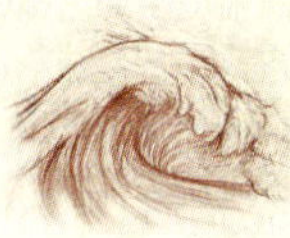

लेर्ड हॅमिल्टन

तुमचं स्वप्न प्रत्यक्षात आणण्यासाठी तुमचा विश्वास पक्का हवा. सतत तुम्ही त्याचा पाठपुरावा करायला हवा.

जी. एम्. राव

मी एकदा एका गोष्टीवर निष्ठा ठेवली आणि त्या गोष्टीत यशस्वी होण्यासाठी निश्चयाच्या बीजाचा जन्म झाला.

पीट कॅरॉल

प्रत्येकाचा निर्धार सारखा नसतो. ज्याक्षणी अडचणी दिसू लागतात आणि शंका निर्माण व्हायला लागतात त्या वेळी प्रत्येकामध्ये निर्धाराला चिकटून राहण्याची शक्ती असतेच असे नाही. पण क्षमता मात्र असते.

लहानपणी तुम्ही चालायचा प्रयत्न करता त्या वेळी तुम्ही १००० वेळा पडता, जेव्हा तुम्ही स्वत: खायला लागता त्या वेळी अन्न तुमच्या डोळ्यात जाते, गालांना लागते, अंगाला सर्व ठिकाणी लागते, फक्त तोंडात जात नाही.

बोलायला शिकणे हा चुकांनी भरलेला मोठा प्रवास असतो. पण एकदाही हे सर्व तुम्हाला सोडून द्यावेसे वाटत नाही. निश्चय हा तुमच्या स्वभावाचाच भाग असतो. तो तुमच्यातच असतो व तो तुम्ही पुन्हा मिळवू शकता.

मायकेल ॲक्टन स्मिथ

धंदा चालावा म्हणून पैसे मिळविण्यासाठी आम्हाला अक्षरश: जोडे झिजवायला लागले. पण ते अवघड होते. बँका तुम्हाला पैसे कर्जाऊ देत नाहीत, तुम्ही जर आधी काहीच केलेले नसेल तर तुमच्यासाठी कोणी धोका पत्करायला तयार होत नाही. तुम्हालाच बाह्या मागे सारून मार्ग शोधावा लागतो.

तुमचं स्वप्न सत्यात यावं अशी तुमची ज्वलंत इच्छा असेल तर ते प्रत्यक्षात येण्यासाठी तुमच्यात सर्व प्रकारची निश्चयबुद्धी येईल. एखाद्या वेळी तुम्ही थोडे उदास राहाल, कधी तुम्हाला स्वत:वर विश्वास वाटणार नाही, तर कधी आपल्याला हे जमणार नाही असे तुम्हाला वाटेल. पण तुमच्यातील ज्वलंत इच्छा तुम्हाला या दिवसातून बाहेर काढेल. ती गोष्ट सोडून देण्याविषयीच्या विचारापासून परावृत्त करायला ही ज्वलंत इच्छाच उपयोगी पडते. म्हणूनच तुमचा विश्वास व निष्ठा यामुळे मार्गात येणारे सर्व अडथळे तुम्ही पार करू शकता. ज्या वेळी आम्ही *'द सिक्रेट'* हा चित्रपट बनवित होतो त्या वेळी माझी तीव्र इच्छा आणि विश्वास इतका जास्त होता, की मला निर्धार करण्याबाबत मी विचारही केला नाही कारण मी तीव्र इच्छेने पुरेपूर भरलेली होते.

ॲनास्टाशिया सोर

मला क्रेडिट कार्ड हवे होते. मी बँकेत गेले. पण ते क्रेडिट कार्ड द्यायला राजी होईनात. कारण माझ्याकडे किंवा माझ्या आईकडे तसा काहीच भक्कम आधार नव्हता. बिव्हर्ली हिल्स्च्या वेल्स फार्गो बँकेच्या मॅनेजरला मी म्हणाले, 'तुम्ही मला मदत केली नाहीत तर माझ्या क्रेडिटमध्ये कशी वाढ होणार? मला ५००

डॉलर्स द्या. मी ५ दशलक्ष डॉलर्स मागत नाही. मी बँकेत १००० डॉलर्स ठेवते. तुम्ही ५०० डॉलर्स द्या.' त्यांना द्यायचे नव्हते. मी म्हणाले, 'हे बघा. आत्ता मी बँकेसमोरच स्वत:ला जाळून घेते.' तेव्हा त्यांनी ५०० डॉलर्सचे क्रेडिट कार्ड दिले. आजही मी वेल्स फार्गोची ग्राहक आहे.

निश्चय तुमच्या स्वत:वरच्या विश्वासानेही वाढतो. जेव्हा तुमचा तुमच्यावर विश्वास असतो, विश्वासही आपोआपच तुमच्या अंगी येतो. प्रशिक्षक, खाजगी शिक्षक यांचा सकारात्मक प्रभाव असतो. कारण ते सतत आपल्याला सांगतात की, 'तुम्ही अधिक चांगल्या तऱ्हेने हे करू शकाल, तुम्हाला हे जमेल.' प्रत्येक पायरीवर ते आपल्याला आग्रह करतात. त्यांचा आपल्यावरचा विश्वासच आपलं स्वप्न पूर्ण करण्याबद्दलचा आपला निश्चय वाढतो. तुम्ही तुमचेच प्रशिक्षक होता. स्वत:शी सतत सकारात्मक बोलून स्वत:ला पुढे रेटू शकता. तू हे करू शकशील. अनेक कठीण काळातही तुझा जय झाला आहे. जे हवे आहे ते तुझ्याकडे आहे. तू निश्चय केला आहेस आणि तुझं स्वप्न तुझ्या हातातच आहे. तुझाच जय होणार! तुमचं अंतर्मन तुम्ही जे म्हणाल तो प्रत्येक शब्द ऐकते. मग तुम्ही ते निश्चितपणे करता!

मस्टिन किप

स्वप्नं ही बीजासारखी असतात. ती लावायला वेळ लागतो. हे एका रात्रीत घडत नाही. आपल्याला ती कमवावी लागतात हे आपण विसरलो आहे. आपण 'पी हळद हो गोरी' असे वागतो. त्यासाठी काहीही कष्ट न घेता आपल्याला आत्ता ताबडतोब समाधान हवे असते. स्वप्न मात्र कमवावी लागतात. त्यासाठी कष्ट घ्यावे लागतात. ती अजून सत्यात उतरली नसतील तर प्रयत्न करत राहा.

कधीही, केव्हाही काही झालं तरी सोडून देऊ नका

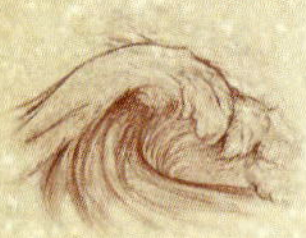

लेर्ड हॅमिल्टन

सोडून देणे हे अत्यंत सोपे आहे. सोडून देणे म्हणजे निघून जाणे, हार पत्करणे. 'मी म्हातारा झालो. मी अमुक आहे, तमुक आहे.' प्रयत्न करणे टाळण्यासाठी या फक्त सबबी आहेत.

पीट कॅरॉल

जर तुम्हाला वाटले की तुमचं सगळं करून झालंय, तर झालंय कारण ही निराशा आहे. त्या टोकापर्यंत आपण कधीच जायचे नाही. जिथे तुम्हाला अगदी निराशा वाटेल. आशा नेहमीच जिवंत असते, माझ्या मते नेहमीच काहीतरी चांगले तुमच्या वाट्याला येणार असते.

लिझ मरे

जरी तुमच्या मनात निश्चय असेल, तरीही एखादा दिवस असा येतो की तुम्हाला वाटते सोडून द्यावे. मलाही सगळं नकोसं झालं होतं इतकं मी अगदी निराशेत बुडून गेले. एके दिवशी मी हजाराव्यांदा नाकारले गेले. शाळामागून शाळांवर मी फुल्या मारत चालले होते. यादीत अगदी शेवटचं नाव माझं होतं. मला प्रवेश जिथे मिळू शकेल अशा शाळा संपत आल्या होत्या. अशा क्षणापर्यंत मी पोचले, की माझ्यापुढे निवडायची संधी होती. माझ्या खिशात इतकेच पैसे होते की मी भुयारी रेल्वेने नव्या शाळेत मुलाखतीला जाऊ शकत होते किंवा तो नाद सोडून देऊन पिझ्झा घेऊ शकत होते. पिझ्झा का मुलाखत? कुठला मार्ग पत्करायचा? मला वाटते 'मी बेघर व उपाशी आहे. ते मला नाकारणार आहेत.' अचानक माझ्यातूनच विचार आला, 'जर त्या शाळेने मला प्रवेश दिला तर?' मला पिझ्झा खायची कल्पना

सोडून द्यावी लागली. भुयारी रेल्वेने जाऊन शाळेत जावे लागले. तिथे पोचायला फक्त एक इंच अंतर उरलेलं असतं. हे तुमच्या लक्षात येत नाही. फक्त एकदाच प्रयत्न करून बघायचा, बस्स! जर एकदा करूनही साध्य झाले नाही, तर पुन्हा एकदा करा.

तुम्ही द्वैताच्या जगात राहता, म्हणूनच तेथे वर/खाली असणारच. तुम्हाला त्या दिवसाचा अनुभव आहे की जेव्हा तुम्ही खरेच उदास असता, प्रत्येक साधी गोष्टसुद्धा प्रयत्नपूर्वक करायला लागते, जणू काही अगदी चिखलातून तुम्ही मार्ग आक्रमत आहात. त्या दिवसात तुम्हाला वाटतं की तुमच्या हातात फारसं काही नाही. निश्चयही शिल्लक नाही.

तुम्ही असेही दिवस अनुभवलेले असतात ज्या वेळी तुम्ही अत्यंत आनंदात, उत्साहात असता. अगदी 'जगात भारी' असं तुम्हाला वाटतं, आणि आपण काहीही साध्य करू शकू असं तुम्हाला वाटतं. ती आशेची, आनंदाची भावना ही अत्यंत शक्तिशाली असते. कारण त्यामुळे तुम्ही विजयी आहात असं नुसतं वाटतच नाही तर खरोखरच तुम्ही अपराजित असता. ज्या वेळी तुमचं मन आनंदाने भरलेले असते तेव्हा तुमचा निश्चयही खूप असतो. कारण आनंदाच्या भावनेने सर्व काही सोपे वाटते. तुमचा आनंद शोधा - त्याचा मार्ग अनुसरा - तुमचं स्वप्न साकार करण्याचा सर्व निश्चय तुम्हाला गवसेल.

भाग तीन

शोध

THE LABYRINTH

चक्रव्यूह

लेर्ड हॅमिल्टन

तुम्हाला जसा वाटतो तसा प्रवास कधीच नसतो. तुम्हाला तुमच्या अंतिम गंतव्याची कल्पना असते. पण मार्ग कसा असेल याविषयी काहीच माहिती नसते.

अनेक लोक त्यांचं स्वप्न सोडून देतात किंवा त्याचा पाठपुरावा करीत नाहीत. कारण ते जिथे उभे असतात तिथून त्यांच्या स्वप्नपूर्तीकडे नेणारा मार्ग त्यांना दिसत नसतो. संपूर्ण मार्ग तुम्हाला कधीच दिसत नाही. त्यामुळे तुमचं स्वप्न काय पद्धतीने साकार होणार आहे याची तुम्हाला कल्पना येत नाही. कुठल्याही यशस्वी माणसाला त्याचे/तिचे स्वप्न कसे प्रत्यक्षात येणार हे माहिती नसते. त्यांचा फक्त विश्वास असतो की हे असे असेल, आणि ते झाल्याशिवाय ते सोडून देत नाहीत.

मस्टिन किप

आज माझं आयुष्य जसे दिसते आहे, तसे ते दिसेल अशी मी कधी कल्पनाही केली नव्हती. मला माहीत होतं की, तेव्हा

मला कसं वाटेल, पण मला कधीच माहिती नव्हतं की हे असंच होणार आहे. तुमच्या स्वप्नांचा मार्ग हा भुलभुलैय्या आहे. तुम्हाला तुमचे मार्ग काही पावले दिसू शकते, पुढच्या वळणावर आणखी काय असेल ते तुम्ही पाहू शकत नाही. मग पुन्हा पुढची काही पावले दिसतात. काही वेळा तो मार्ग पूर्ण बंद होतो व तुम्हाला परत फिरावे लागते. काही वेळा तुम्हाला जवळचे मार्ग दिसतात आणि काहीतरी जादू घडल्यासारखे वाटते आणि तुमचे मार्गक्रमण वेगाने होते. तुमच्या स्वप्नातील मार्ग याप्रमाणेच उलगडत जातो.

लेन बीचले

कोणालाच पूर्ण मार्ग दृष्टोत्पत्तीस येत नाही. तुमची फक्त पहिलं पाऊल टाकण्याची आणि त्या मार्गावरून चालण्याची इच्छा हवी.

मस्टिन किप

तुमचं स्वप्न जगण्याची प्रक्रिया म्हणजे एक साहस आहे – पुढे काय घडणार? तुम्हाला ज्यांच्याबद्दल आदर आहे, तुम्हाला जे प्रेरणा देतात, त्यांच्यापैकी कुणीही जेव्हा प्रवासाला सुरुवात केली तेव्हा निश्चित फल त्यांच्या हातात नव्हतं. एखादी कल्पना, एखादं ध्येय, अंतिम उद्दिष्ट त्यांच्यापाशी असेल पण तिथे ते कसे पोचणार याविषयी काहीच कल्पना त्यांना नसते.

चक्रव्यूहात असणे, हेच तुम्हाला हवे असलेले साहस आहे. तुम्हाला सर्व काही बघायचे नव्हते, पुढे काय आहे याची माहिती नको होती, पण नुसत्या चुटकीसरशी तुमचे स्वप्न प्रत्यक्षात आणायचे नव्हते. तुम्हाला प्रवासातील आव्हाने हवी होती. कारण ती आव्हाने पेलल्यानेच सर्वसामान्य माणसाला जो आनंद व एक प्रकारचे समाधान हवे असते, ते मिळते.

ॲनास्टाशिया सोर

अनेक गोष्टी तुम्हाला हव्या तशा घडत नाहीत व बदल करण्याची, ठरल्यापेक्षा दुसरा रस्ता घेण्याची तुमची तयारी असायला हवी – हे एखाद्या चक्रव्यूहासारखे आहे. तुम्ही जाता आणि अचानक तो मार्गच बंद होतो. पण अशा वेळी तुम्ही मागे फिरलात तर तुम्हाला दुसरा मार्ग सापडतो. तरीही तुम्हाला आणखी तिसऱ्याच मार्गाने जावे लागते, तुमचं स्वप्न पूर्ण करण्यासाठी.

तुम्ही तुमच्या स्वप्नांच्या मार्गावर असता, तेव्हा अचानक मध्ये एक भिंत येऊ शकते. तुम्हाला वाटतं सर्व मार्ग बंद झाले, सर्व संपले. पण एखाद्या चक्रव्यूहात असते त्याप्रमाणे गोष्टी कशाही भासल्या, तरी तुम्ही जाऊ शकाल असा दुसरा मार्ग नक्कीच असतो. जेव्हा तुम्हाला माहिती असते की तुमचं यश हे चक्रव्यूहाच्या मध्यभागी आहे. तेव्हा अनपेक्षितपणे घ्याव्या लागणाऱ्या वाकड्या वळणांना तुम्ही घाबरत नाही. कारण यश अगदी जवळ आहे, हे तुम्हाला माहीत असतं. स्वप्नंही अगदी अशीच सत्यात उतरतात.

जॉन पॉल डेजोरिया

सर्व गोष्टी एकाच क्षणी घडतील असं नाही, हे लक्षात घ्या. पण तुम्हाला जर काही हवंच असेल तर मोठी पावलं टाकण्यापेक्षा लहान पावलं टाकणं सोपं! एका वेळी अगदी छोटी छोटी पावलं टाकावी लागतात.

लिझ मरे

मला समजू शकते की लोक अनेक गोष्टींना तोंड देत असतात. पण अगदी खूप अडचणींच्या स्थितीतही तुम्ही एक गोष्ट करू शकता. थिओडर रूझवेल्टने म्हटल्याप्रमाणे, 'तुम्हाला जे शक्य आहे ते करा, तुमच्याकडे जे आहे ते वापरून, तुम्ही

जिथे आहात, तिथे करा.' तुम्ही एक गोष्ट निवडा व स्वत:ला त्यासाठी वाहून टाका. जरी जास्त वेळ लागला तरी इंचाइंचाने, एकएक गोष्ट निवडून तुम्ही एक नवेच आयुष्य घडवू शकाल. मग ती हॉलिवूडच्या चित्रपटात घडते तशी नाट्यमय कलाटणी देणारी जादूई घटना नसेल कदाचित.

एका वेळी एकच पाऊल

या प्रवासात, स्वत:ला आठवण करून द्यावी की एका वेळी एकच पाऊल टाकायचं आहे. एका वेळी एकच पाऊल टाकण्याची गरज आहे. तुम्ही कुठेही कुठल्याही परिस्थितीत असलात तरी एक पाऊल उचलू शकता. पुढे काय घडणार आहे या शक्यतांचा विचार केला की जणू तुम्ही स्वत:लाच हतप्रभ करता. तसेही तुमच्या स्वप्नाचा मार्ग तुम्ही जसा विचार करता तसा कधीच नसतो. पण आपल्या डोळ्यांसमोर फक्त 'एका वेळी एक पाऊल' हे शब्द आणत राहा. '*द सिक्रेट*' हा चित्रपट करीत असताना या शब्दांचा मला फार उपयोग झाला. माझ्या मानवी मनाने विचार केला होता, त्यापेक्षा भलत्याच दिशेने माझे स्वप्न जाते आहे, असे वाटू लागले. मग मी फक्त पुढचे पाऊल टाकण्यावर माझं मन केंद्रित केलं. 'एका वेळी एक पाऊल' टाकता टाकता माझं स्वप्न प्रत्यक्षात आलं.

लिझ मरे

तुम्हाला जर वाटलं, की तुम्हाला प्रत्येक पायरी दिसू शकते तर ते चूक आहे. आपले प्रत्येक गोष्टीवर नियंत्रण हवे असा विचार करणे चुकीचे आहे. आपण प्रत्येक गोष्टीचे नियंत्रण करू शकतो, हा विचारही चुकीचा आहे. माझी आई व्यसनमुक्ती केंद्रात गेली. तिथे एक भावपूर्ण प्रार्थना केली जाते, 'देवा, ज्या गोष्टी मी बदलू शकत नाही त्या स्वीकारण्यासाठी मला प्रशांत मन द्या, मी ज्या गोष्टी बदलू शकतो त्यासाठी धाडस द्या व या

दोन्ही मधला फरक ओळखण्यासाठी ज्ञान द्या.' आणि फक्त इतकंच. माझ्या आईला मी परत आणू शकले नाही. माझ्या वडिलांना एचआयव्ही झाला. हे निदान मी बदलू शकले नाही. मी हवामानावरही नियंत्रण ठेवू शकले नाही. ज्या गोष्टी नियंत्रित करणं तुम्हाला शक्य नाही, त्याची यादी तुम्ही करू शकता पण त्यात तुम्ही तुमची सर्व ऊर्जा ओतलीत, तर तुम्ही संपून जाल, त्या ऐवजी तुम्ही म्हणा, 'मी काय करू शकते?'

मायकेल ॲक्टन स्मिथ

मी एका वेळी एकच पाऊल टाकत होतो. प्रसंगाप्रमाणे मला मागे वळावे लागले. कधी मार्ग बंद झाले. पण जोवर तुमच्या मनासमोर मोठे चित्र आहे आणि तिथपर्यंत तुम्ही पोचाल असा तुम्हाला विश्वास आहे तर तुम्ही सर्व काही करू शकता.

आणि चक्रव्यूहात असल्याप्रमाणे तुम्ही वळता व अचानक तुम्ही तिथे पोचलेले असता. त्याप्रमाणेच तुमचं स्वप्नही सत्य होतं.

वळून अवलोकन केलं, की तुमच्या लक्षात येईल, वाटेत आलेला प्रत्येक अडथळा तुम्हाला वेगळा मार्ग घ्यायला लावत होता. तुम्ही विचार केला होता त्यापेक्षा अधिक चांगल्या मार्गावरून तुम्ही जात होता. खरं तर तिथे भिंती/अडथळे नव्हतेच. फक्त त्या आहेत असे आभास होते. मार्ग कुठलेच बंद नव्हते. ते बंद झाल्याचा आभास होता. तुमच्या स्वप्नपूर्तीसाठी अधिक चांगला मार्ग मिळावा यासाठी फुटलेल्या त्या वाटा होत्या.

जी. एम्. राव

चाळीस वर्षांच्या माझ्या प्रवासात अनेक वेळा असं झालं, की आमच्या अपेक्षेप्रमाणे गोष्टी घडल्या नाहीत. मी थांबलो. नि:शंकपणे व खुल्या मनाने मार्गात बदल केले. नुकताच

मी याचा अनुभव घेतला. आम्ही १२ कोटी डॉलर्स मोजून आंतरराष्ट्रीय ऊर्जा क्षेत्रात ५०% भागीदारी मिळविली. आमच्या अपेक्षेप्रमाणे गोष्टी घडत नाहीत, आमची व आमच्या भागीदारांची उद्दिष्टे समान नाहीत हे लक्षात आल्यावर आम्ही त्यातून बाजूला व्हायचे ठरविले. जरी काही काळ मोठी पिछाडी घ्यावी लागतेय असं वाटलं तेही पुढे आम्ही खूपच मोठा पल्ला गाठला. जर तुमचे इरादे शुद्ध असतील तर विश्व नक्कीच तुम्हाला मदत करण्याचे मार्ग शोधून काढतं.

'नायका'च्या प्रवासात कधीही तुमचा विश्वास डळमळू लागला, निराशा आली, नाकारले गेल्याचं दु:ख झालं, आपल्याला वाटत होतं तसं घडलं नाही, तरी हीच वेळ असते ज्या वेळी तुम्ही स्वत:ला अनेकदा बजावावं लागतं, की तुम्ही तुमच्या स्वप्नांच्याच दिशेने जात आहात आणि त्यातून मोठं फलित मिळणार आहे.

मस्टिन किप

एक उद्योजक म्हणून गती देणाऱ्या चाकाच्या आसाला धरून ठेवणे जमले पाहिजे. याचा अर्थ असा आहे की या मार्गाने मी काही करू शकलो नाही तर मी आसाला धरून राहणार – मी जे शिकलो तशी कृती करणार आणि त्यातून नवीन काहीतरी घडविणार. 'नायका'चा प्रवास म्हणजे याविषयीच आहे, काय घडते काय घडत नाही हे बघा. पुन्हा प्रयत्न करा. शेवटी तुम्ही तिथे पोचालच.

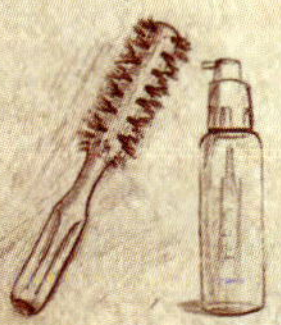

जॉन पॉल डेजोरिया

स्वप्न बदलतात. जेव्हा मी माझ्या भागीदारांबरोबर १९८० मध्ये जॉन पॉल मिचेल सिस्टीमस् सुरू केली त्या वेळी स्वप्न होतं, 'जर आपण दरवर्षी ५ दशलक्ष डॉलर्स मिळविले तर प्रत्येकी

२,००,००० ते ३,५०,००० डॉलर्स कमवू. आपलं आयुष्य निवांत होईल'. पण जेव्हा त्या बिंदूपाशी आम्ही पोचलो, तेव्हा आणखी मोठं स्वप्न आम्ही बघितलं. म्हणून एक स्वप्न साकार झालं की तुम्ही पुढचं स्वप्न बघायला लागता. ही उत्क्रांतीच आहे.'

स्वप्नांच्या मागावर जाताना नायकाच्या प्रवासातील थरारक वळणं जेव्हा तुम्ही घेता, तेव्हा तुम्ही एका गोष्टीची खात्री बाळगा. तुम्ही जो विचार केला होतात त्यापेक्षा तुमचं स्वप्न मोठंच असणार. तुम्ही विचारही केला नसेल, इतकं मोठं ते बनणार.

NAYSAYERS AND ALLIES

‘खो घालणारे’ आणि दोस्त

पीटर फोयो

आपण सर्वजणांना कामात खो घालणारी मंडळी भेटतात. एवढा मोठा उद्योग उभारताना मला अशा अनेक मंडळींशी स्पर्धा करावी लागली.

पीटर फोयोला धंद्याच्या प्रत्येक क्षेत्रात स्पर्धक, गुंतवणूकदार, सरकारी अधिकारी असे भेटले जे कामात अडथळा आणत होते, ज्यांच्यामुळे स्वप्न साकार करणे अवघड होत होते. पण अशी माणसे व सर्व प्रकारचे अडथळे यांना पार करून आज नेक्सटेल मेक्सिको कंपनीचे १०,००० कर्मचारी आहेत जे चाळीस लक्ष ग्राहकांना टेलीकम्युनिकेशनमधील अत्याधुनिक सेवा पुरवितात. विस्थापित कष्टकऱ्याचा मुलगा म्हणून त्याने सुरुवात केली. पण पुढे पाच वर्षांच्या आतच त्याच्या अडतिसाव्या वर्षी ‘नेक्सटेल’ उभारायचे स्वप्न त्याने पूर्ण केले. पीटर सर्वेसर्वा असणाऱ्या नेक्सटेल मेक्सिकोने १० वर्षांत कोट्यवधी रुपयांचा व्यवहार केला.

मस्टिन किप

खो घालणारी मंडळी हा या प्रवासाचाच भाग आहे. तुम्ही जर यशस्वी असाल, तुम्ही काहीतरी मोठे काम करीत असाल तर अनेक लोक तुमच्यावर प्रेम करतात, पण अनेक लोक तुमचा द्वेष करतात, मी त्याला यशाचं चिन्ह समजतो.

ज्याने, जे यापूर्वी कोणीच करू शकलेला नाही असे काही विशेष केले आहे त्या प्रत्येक माणसाला खो घालणारी शेकडो माणसं मार्गात भेटतात आणि त्याला सांगतात, 'त्याचं स्वप्न कधीच साकार होणार नाही.' जेव्हा एडिसनने लोकांना सांगितलं, 'मी असं एक साधन निर्माण करेन ज्याने सर्व खोली प्रकाशात न्हाऊन निघेल.' तेव्हा त्याला लोक काय म्हणाले असतील असं तुम्हाला वाटतं? जेव्हा अलेक्झांडर ग्रॅहॅम बेलने लोकांना सांगितलं, 'मी अशा साधनाचा शोध लावेन, ज्याच्या साहाय्याने हजारो मैल अंतरावरील दोन माणसं एकमेकांशी बोलू शकतील.' तेव्हा लोक त्याला काय म्हणाले असतील? तुम्ही विश्वास ठेवा की जर तुमचं स्वप्न मोठं असेल व आजूबाजूला हजारो 'नाट लावणारी' मंडळी असतील तर हा नक्की पुरावा समजा की तुम्ही तुमचं स्वप्न नक्कीच साकार करू शकणार.

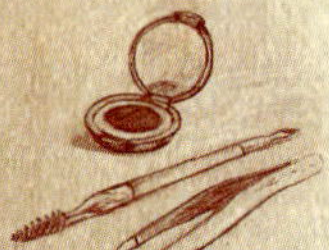

ॲनास्टाशिया सोर

१९९५ मध्ये मी माझ्या व्यापात इतकी गढले होते की मला वाटायचं 'बीव्हर्ली हिल्स्‌मध्ये दुकान उघडायला हवे.' मी मालकाकडे गेले. तो मला म्हणाला, 'तुला काहीच कसं कळत नाही? 'आयब्रोज' कोरून तुला असे कितीक पैसे मिळणार?' त्याला मला भाड्याने जागा द्यायची नव्हती. पण त्याने बघितले मी फारच हट्टाने पेटले आहे. म्हणून त्याने मला वचन दिले. तो म्हणाला, 'ठीक आहे. मी तुला सहा महिने देतो.' पण पहिल्या आठवड्यातच दुकानाबाहेर रांगा लागल्या. त्याने मला एक दिवस

बोलावले आणि तो म्हणाला, 'मी असं कधीच बघितलं नाही. तू खरंच तिथे भुवया कोरण्याचे काम करतेस की अजून काही?'

लेर्ड हॅमिल्टन

नाट लावणारे लोक नेहमीच हजर असतात. अत्यंत संवेदनशील असल्यामुळे तुम्हाला त्यांचा नेहमीच त्रास होतो. पण तिथेच थांबा. त्यांच्या कृत्यांना बळी पडू नका. नाहीतर त्यांचं उद्दिष्ट सफल होईल.

नाट लावणाऱ्या मंडळींचा परिणाम काय होणार हे तुमच्यावर अवलंबून आहे. तुम्हीच ठरवा तुमच्यावर काय परिणाम होणार ते. जर एका नाट लावणाऱ्याचं बोलणं तुम्ही मनावर घेतलंत तर तुम्ही इतर नाट लावणाऱ्यांच्या बोलण्याला बळी पडाल. तेव्हा तिकडे लक्ष देऊ नका. या मंडळींचा जो उद्देश असतो त्याच्या बरोबर उलट होऊ दे. तुमच्यावर त्यांचा परिणाम होऊ द्यायच्या ऐवजी त्यांच्या शब्दांनी तुम्हाला प्रेरणा मिळू दे. तुमचं स्वप्न साकार होण्याच्या दिशेने तुम्हाला दिशा मिळू दे.

पीटर फोयो

नाट लावणाऱ्या मंडळींचा उपयोग यशस्वी होण्यासाठी दिशादर्शनासारखा करणे ही अत्यंत विलक्षण गोष्ट आहे. खरं तर त्या स्वप्नाकडे ते तुम्हाला वेगाने ढकलतात. तुम्ही अधिक यशस्वी होता.

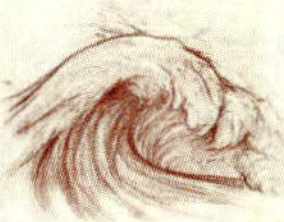

लेर्ड हॅमिल्टन

नाट लावणाऱ्यांचा मी इंधन म्हणून वापर केला. 'तुम्ही हे करू शकणार नाही' या शब्दांचा मी 'होय, मी नक्कीच करू शकेन' असा अर्थ लावला. त्याने मला पुढे ढकलले. मी त्या शब्दांना उलटे फिरवले. नकारात्मकतेचे सकारात्मक विचारात परिवर्तन केले कारण माझ्या जगात अशी नकारघंटा वाजविणाऱ्यांची संख्या खूपच होती. अजूनही आहे.

पीटर बरवॉश

जोपर्यंत मला वाटत होतं की मी योग्य मार्गाने जात आहे, तोपर्यंत मी कुठल्याच टीकेने गडबडून गेलो नाही.

''अनेक वेळा मला सांगण्यात आलं, हे होऊ शकत नाही. पुन्हा पुन्हा, मला ती गोष्ट घडवून आणण्यासाठी, माझी चिकाटी पणाला लावायला लागली.''

हॉवर्ड शूल्टझ्

स्टारबक्सचे चेअरमन व सीईओ

नाट लावणारी मंडळी तुम्हाला एका नव्याच मार्गावरही घेऊन जातात. तुमचं स्वप्न पूर्ण होण्यासाठी तुम्ही एखाद्या मार्गाने जाणं तुमच्या मनात ठरविलं असेल, आणि त्या मार्गावर निर्णयाचा अधिकार असलेली पण नकारघंटा वाजवणारी मंडळी भेटतात आणि तुमचा स्वप्नांचा मार्ग अचानक बंद होतो. त्या मार्गावरून जाणं तुम्हाला कठीण होतं व तुम्हाला दुसऱ्या मार्गावरून जाणं भाग पडतं. मग तुमचं स्वप्न पूर्ण करण्यासाठीचा अधिक चांगला मार्ग तुम्हाला सापडतो, या नाट लावणाऱ्यांमुळे – त्यांना आशीर्वाद द्या.

पीटर फोयो

ज्या वेळी मी प्रचंड नकारात्मक लोकांना भेटतो, तेव्हा खरं तर मला जिथे पोचायचे आहे तिथेच ते मला नेतात. खरं तर ते त्या मार्गावरून मला मागे खेचण्याऐवजी अधिक वेगाने पुढे नेतात.

पीटर बरवॉश

मी ज्या वेळी कॅनडात खेळत होतो. त्या वेळी टेनिस असोसिएशनच्या अध्यक्षांनी मला पत्र लिहिले. 'तू इतके वाईट खेळतोस की तू खेळ सोडून द्यायला हवा.' हा अडथळा आहे असा विचार करायच्याऐवजी त्यांचं पत्र मला आव्हानच वाटलं. ज्या

वेळी मी कॅनडात राष्ट्रीय चॅम्पियनशिपच्या स्पर्धांमध्ये खेळायला पुन्हा गेलो. माझ्या खेळाचा शेवट बदलण्यासाठी व अंतिम सामन्यात प्रवेश करण्यासाठी मी तयार होत होतो. मी पत्राकडे बघितले. ज्यात मी फक्त वाईट खेळतो असा उल्लेख होता आणि तरीही मी राष्ट्रीय चॅम्पियनशिप जवळ जवळ जिंकत आलो होतो.

असंख्य नगण्य लोकांकडे दुर्लक्ष करा

तुमच्या स्वप्नपूर्तीच्या मार्गावर तुम्हाला काही महत्त्वाच्या सल्ला द्यायचा असेल तर तो म्हणजे आपल्या स्वप्नाविषयी इतरांना काही सांगण्याच्या अगोदर स्वत:वरचा विश्वास व स्वत:चा निर्धार दृढ करा. जर तुमच्या स्वप्नाविषयी लगेचच लोकांना सांगायला तुम्ही सुरुवात केली तर त्यांच्या प्रतिसादाने तुम्ही निराश व्हाल आणि सुरुवात करण्याआधीच तुम्ही तुमचा मार्ग सोडून द्याल. अनेक लोकांच्या बाबतीत हे आधीच घडले आहे. तुमच्या बाबतीतही हे घडू शकते. तुमच्याकडे ज्याची क्षमता नाही, त्या विषयी काही करण्याचे तुम्ही ठरविले व त्याविषयी इतरांना सांगितले तर ते तुमच्या मनात प्रचंड शंका निर्माण करतात व तुम्ही आकाशात भरारी घेण्याआधीच तुमची कल्पना व स्वप्न पुसून टाकतात. मग नशिबाने कधीतरी तुमच्या लक्षात येते, की तुमची भव्य कल्पना दुसऱ्याच कुणाच्यातरी माध्यमातून प्रत्यक्षात आली आहे – त्याला प्रत्यक्षात प्रचंड यश मिळाले आहे.

जॉन पॉल डेजोरिया

काही थोड्या महत्त्वाच्या लोकांकडे लक्ष द्या. इतर फुटकळ लोकांकडे दुर्लक्ष करा.

लिझ मरे

दुसऱ्या लोकांना तुमच्या वाटचे निर्णय घेऊ देऊ नका. सावध राहा. लोकांची त्यांची त्यांची मते असतात आणि काय शक्य आहे आणि काय अशक्य आहे याबाबत ते फारच झटकन मते देतात. लोक ज्या ठामपणे बोलतात, ते फार दुर्दैवी आहे. ती गोष्ट जोपर्यंत कुणी प्रत्यक्षात करीत नाही तोपर्यंत काय शक्य आहे हे तो सांगू शकत नाही, कोणीच नाही.

''जे लोक तुमच्या आकांक्षांना मर्यादा घालतात त्यांना दूर ठेवा. क्षुद्र माणसं नेहमीच हे करतात. पण जे खरोखरच मोठे असतात ते तुम्हीही मोठे व्हाल अशी तुमची धारणा करून देतात.''

मार्क ट्वेन
लेखक

मी जेव्हा *'द सिक्रेट'* करायचे ठरविले तेव्हा माझ्या मनात त्याचे पूर्ण चित्र तयार होईपर्यंत मी त्याबद्दल कोणालाच सांगितले नाही. मी चार महिने त्यावर पूर्ण संशोधन केले, योजना केल्या. माझ्यात ते पूर्ण भरून घेतले. आता मला कोणीच माझ्या मार्गापासून परावृत्त करू शकणार नाही, अशी माझी खात्री होईपर्यंत. नंतरच मी इतरांना त्याबद्दल सांगितले – जे खो घालणाऱ्या हजारो लोकांनी जरी मला सांगितलं की, हे होणार नाही तरी त्यांच्यापैकी कोणीही माझ्यावर परिणाम करू शकले नाही.

तुमच्या स्वप्नावर मेहनत घ्या. तुमच्या स्वप्नांवरचा विश्वास ठाम करा. इतरांना त्याविषयी सांगण्याआधी त्या स्वप्नाचं पूर्ण स्पष्ट चित्र तुमच्या डोळ्यांसमोर उभे राहू दे.

लेन बीचले

मॅनली बीचवर सर्फिंग करताना जेव्हा मी मोठी होत होते त्या वेळी माझ्या उजव्या बाजूला सतत दोन जण असायचे. जे सांगायचे की 'पाण्यातून बाहेर पड' तर डाव्या बाजूला दोन जण असायचे ते सांगायचे, 'आम्हाला वाटलं तू फार छान करतेस. तुझ्याबरोबर सर्फिंग करताना मजा येते.' मग मी कुणाचं ऐकेन असं तुम्हाला वाटतं? अर्थात माझ्या डाव्या बाजूला असलेल्या लोकांचं!

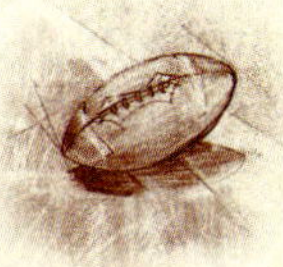

पीट कॅरॉल

नोकरीतून काढून टाकल्यावर पुन्हा उभं राहायला आणि अधिक कणखर होऊन त्यातून बाहेर पडायला मला कशामुळे शक्ती मिळाली असेल, तर तो निर्णय मी अमान्य केला. मी तो स्वीकारला नाही. ते बरोबर आहेत या विचारालाच मी आव्हान दिलं आणि हे असं वाटण्यामागे काही कारण होते, हे मला माहीत होतं.

नाट लावणाऱ्या लोकांबाबत एक गोष्ट सत्य असते. ती म्हणजे या माणसांनी मनाची दारे बंद केलेली असतात, त्यांच्या सर्व क्षमतांसकट ते जगले, तर त्यांचा अनुभवच त्यांना शिकवेल की कुठलीच गोष्ट अशक्य नाही.

जॉन पॉल डेजोरिया

मी जेव्हा ११ वीत शिकत होतो. त्या वेळी सर्व वर्गासमोर माझ्या शिक्षकाने सांगितलं, की मी व माझा मित्र मिचेल कधीच काहीही करू शकणार नाही. आम्हाला माहीत होतं तो चुकतो आहे. आम्ही आमच्या आयुष्यात नक्कीच काहीतरी चांगलं करू. मिचेल एक मोठा सुपरस्टार बनला. 'द मम्माज् अँड द पप्पाज्'चा तोच मायकेल फिलिप्स!

'द *सिक्रेट'* ही फिल्म करताना या नाट लावणाऱ्यांचे मला खूप अनुभव आले. त्यातला एक अनुभव इतरांपेक्षा फारच वैशिष्ट्यपूर्ण होता. दूरचित्रवाणीमधल्या मोठ्या अधिकाऱ्यांपुढे मी माझ्या चित्रपटाच्या पहिल्या भागाचे प्रदर्शन करीत होते. मी जवळ जवळ वर्षभर सर्व काही सोडून देऊन काम केले व या टप्प्यापर्यंत येऊन पोचले होते. प्रदर्शनाच्या शेवटी त्यांच्यापैकी एकाही अधिकाऱ्याने कुठलीच चांगली प्रतिक्रिया व्यक्त केली नाही. याउलट त्यांनी चित्रपटातील प्रत्येक अंगात दोष आहेत असे सांगितले व अत्यंत बोचरी टीका केली. मला अत्यंत धक्का बसला. त्या इमारतीतून बाहेर पडून मी अत्यंत वाईट मन:स्थितीत रस्त्यावरून भटकले. अखेरीस मी मन घट्ट केले आणि एक तासाच्या उड्डाणानंतर घरी परतले. विमानात माझ्या लक्षात आले की, सर्व अधिकाऱ्यांच्या टीकेला मी उत्तर देऊच शकत नाही आणि तशी आवश्यकताही नाही. विमान उतरलं त्या वेळी मी चित्रपटात काही बदल करता येऊ शकतील, अशी कल्पना मला सुचली. आम्ही त्यांचा पाठपुरावा केला आणि चित्रपटात त्या समाविष्ट केल्या. नेमक्या त्याच घटकांमुळे चित्रपटाला प्रचंड यश मिळाले.

दोस्त

तुमच्या 'नायका'च्या प्रवासात अनेक नाट लावणारे जसे तुम्हाला भेटतील. तसेच तुम्हाला अनेक, अनेक साथीदार, जणू देवदूतासारखेही लोक नक्कीच भेटतील. ते अगदी काही क्षणासाठीच तुमच्या आयुष्यात येतील, पण तुमच्या या प्रवासात तुम्हाला मदत करतील.

मस्टिन किप

स्वत:च मिळविलेले यश/स्वयंनिर्मित माणूस असू शकतो यावर माझा विश्वास नाही. कारण या प्रवासात सर्वांचीच मदत होते.

लेन बीचले

सर्व यशस्वी माणसे इतरांच्या खांद्यावर बसूनच मोठी झालेली असतात. तुम्ही किती व कसे यशस्वी झालात त्यापेक्षा या प्रवासात तुम्हाला ज्यांनी मदत केली त्याची आठवण ठेवणे, जाणीव ठेवणे हे महत्त्वाचे आहे.

स्वत:च्याच हिंमतीवर कोणालाच यश मिळत नाही. तुम्हाला मदत करणारे असंख्य लोक असतात, तुमचं स्वप्न प्रत्यक्षात येण्यासाठी ते अगदी टोकाला जाऊन तुम्हाला मदत करतात. नायकाच्या या प्रवासात तुमच्या ओळखीच्या व बिन ओळखीच्या लोकांनी तुम्हाला मदत केलेली असते, आधार दिलेला असतो तो अनुभव सर्वात सुंदर असतो.

मायकेल ॲक्टन स्मिथ

मदतीच्या एका प्रचंड जाळ्यावर विसंबून मी काम करतो. ज्यांनी मला मदत केली त्यामध्ये माझ्या कुटुंबातील प्रत्येक जण आहे, ज्यांनी धंद्यात पैसे गुंतविले ते गुंतवणूकदार आहेत. अगदी पेपर नॅपकिनवरचा आराखडा या स्वरूपात माझ्या कल्पना असताना जे माझ्याकडे कामाला आले तेसुद्धा आहेत.

लेन बीचले

८ वर्षांच्या असतानाच विश्वविजेते होण्याचे पवित्र उद्दिष्ट स्वत:समोर ठेवणे अर्थातच प्रचंड आव्हानात्मक होते. अनेक प्रसंग असे आले की मला पळून जावेसे वाटले व सर्वांना हात वर करून सांगावेसे वाटले. 'हे सर्व फार कठीण आहे.' सुदैवाने त्या

> *काळात मला अशी माणसे भेटली की ज्यांनी मला विश्वासाने सांगितले, 'तू हे करू शकतेस. माझा तुझ्यावर विश्वास आहे.' जेव्हा तुम्हाला ज्याच्याबद्दल आदर आहे, तोच तुमच्याबद्दल विश्वास व्यक्त करतो. तेव्हा तुमचा आत्मविश्वास जागा होतो. तुमच्या आयुष्यात अशी माणसे असणे हे फारच महत्त्वाचे आहे.*

'द *सिक्रेट'* चित्रपट करताना आमच्या आयुष्यात अगणित माणसे आली व पुढचे पाऊल टाकण्यासाठी लागणारी शक्ती मला त्यांच्यामुळे मिळाली. या साथीदारां व्यतिरिक्त हा चित्रपट तयार करणारा आमचा असा गट होता, की त्यांच्या मदतीशिवाय व त्यांच्या समर्पणाशिवाय माझं स्वप्न कधीच प्रत्यक्षात आले नसते.

अशाही परिस्थितीतून आम्ही गेलो, की या साथीदारांचा पगार देण्यासाठीही कधी माझ्याकडे पैसे नसत. मी माझं घर गहाण ठेवलं. बँकेतून अधिक उचल घेतली. क्रेडिट कार्डवरून मिळू शकणारी सर्वात जास्त उचलही घेतली. तरीही माझ्या लोकांना देण्यासाठी माझ्याकडे पैसे राहिले नाहीत. अशा वेळी त्यांनी काय केले, माहिती आहे? माझे काही ज्येष्ठ सहकारी एकत्र आले व स्वत:च्या क्रेडिट कार्डावरून त्यांनी पैसे काढले व जे पगाराशिवाय जगू शकणार नव्हते त्यांना पगार दिला. माझ्या टीममधले माझे हे सर्वात मोठे साथीदार होते, हे नि:संशय.

THE ROAD OF TRIALS & MIRACLES

सत्त्वपरीक्षा व चमत्कारांचा रस्ता

ॲनास्टाशिया सोर

जीवन हे एक आव्हान आहे. जर तुम्हाला वाटलं की जीवन अगदी सहज सोपे, परिपूर्ण आहे, तर ती मोठी चूक आहे, तुमचा तो भ्रम आहे.

पीटर बरवॉश

अडचणी रोजच आहेत. असा एकही माणूस नाही की ज्याला रोज सकाळी उठल्यावर एकही शारीरिक, मानसिक, भावनिक व अध्यात्मिक अडचण नाही. ही वस्तुस्थिती स्वीकारा की अनेक अडचणी येणार आहेत. प्रत्येकालाच त्या आहेत. लोक म्हणतात, 'मलाच का?' तुम्हाला का नाहीत?

''तुमच्या उद्दिष्टाकडे जाणारा मार्ग नेहमी गुळगुळीत नसतो. अडचणी येतील, प्रश्न निर्माण होतील, पण आठवा की तुम्ही

कशासाठी प्रयत्न करीत आहात? मोठं चित्र कधीच पुसून टाकू नका, छोट्या दुर्घटना, अपयश यामुळे थांबू नका.''

डेरेक पीटर
अमेरिकन बेसबॉल विश्वविजेता

आव्हाने आणि अडथळे

नायकाच्या प्रवासातील प्रत्येक अडचण व आव्हान तुमच्यात बदल घडवून आणते, ज्याने तुमचे चारित्र्य घडते व अडथळे पार करायला, आव्हाने पेलायला लागणाऱ्या क्षमता तुमच्यात निर्माण होतात. या क्षमतांमुळे स्वप्न पूर्ण होण्यालायक व्यक्तीमध्ये तुमचे परिवर्तन होते. म्हणूनच आव्हाने व अडथळे हे जणू तुम्ही नायकाच्या रस्त्यावरून पुष्कळ पुढे आला आहात. याचेच एक चिन्ह आहे. खरं तर तुम्ही जेवढी जास्त मोठी आव्हाने व अडथळे यांना तोंड देता तेवढे तुमचे यश मोठे असते व त्याच्या तुम्ही जास्त जवळ पोचता.

मस्टिन किप

आव्हानांमुळे माणसांना काय मिळते ते महत्त्वाचे नाही तर त्यांचे रूपांतर कुणात होते, हे आहे. जेव्हा तुम्ही एखाद्या आव्हानाला तोंड देता, त्या वेळी तुमचा स्वत:वर जास्त विश्वास बसतो. तुमच्या क्षमतांवर तुमचा जास्त विश्वास बसतो. दैवी. शक्तींवर विश्वास बसतो. त्यामुळे तुम्ही आणखी काहीतरी मोठे करू शकता. अडथळे पार करता येणे ही खरं तर सर्वात मोठी भेट असते. तुम्हाला जी गोष्ट मिळते त्यापेक्षाही जास्त. कारण

ही गोष्ट अशी आहे की तुमच्याकडून कोणीच ती हिसकावून घेऊ शकत नाही.

पीटर बरवॉश

ज्या वेळी तुम्ही अनेक आव्हाने, चढ-उतार यातून जाऊन बाहेर पडता त्या वेळी तुम्ही अधिक चांगले झालेला असता. कारण तुम्ही प्रचंड आत्मविश्वास कमावलेला असतो.

जे पार करण्याशिवाय तुम्हाला दुसरा पर्याय नसतो, अशा कशाला तुम्ही आयुष्यात तोंड दिले असेल तर त्यामुळे तुमच्यात जी क्षमता निर्माण होते, ती एरवी कधीच निर्माण झाली नसती. त्यामुळे तुमच्या व्यक्तिमत्वाचा कधी नव्हे एवढा विकास होतो. ज्या बायकांनी अपत्य जन्म सोसला आहे, त्यांना हे माहिती असते. मुलाला वाढविण्यासाठी आईला खंबीर व्हावेच लागते. सहनशीलता लागते. निश्चय, शारीरिक लवचिकता सर्व काही लागते. जन्म देण्याचा अनुभव व त्या वेळच्या वेदना यामुळे त्यांच्या मातृत्वाला हवी असणारी शक्ती मिळते, गुणवैशिष्ट्ये मिळतात. तिच्या या शक्तीमुळेच, ती अवघड काळातून बाहेर पडते. त्यामुळे आपल्यापैकी अनेकांना आई 'नायक' वाटते.

मस्टिन किप

तुम्ही खरेच पुढे होऊन आव्हानाला मिठी मारता व नंतर ते आव्हान पार करता, तो तुमच्यातला भाग म्हणजे 'वा! तू हे केलंस!' असं म्हणण्यासारखा असतो. तुम्ही फक्त बसून राहून स्वत:ला म्हणू शकत नाही. 'मी माझ्यावर प्रेम करतो.' स्वाभिमान हा मिळवावा लागतो.

लेन बीचले

आव्हाने व अडचणी यामुळे आपल्याला वाढीची संधी मिळते. सुधारण्याची व शिकण्याची संधी मिळते. सुरक्षिततेच्या कवचातून आपण बाहेर पडतो व जीवनाकडून आपल्याला खरेच जे दान मिळणार आहे, त्याचा अनुभव घेता येतो.

नायकांच्या प्रवासातील आव्हाने व अडथळ्यांचा हेतू हा आहे की ज्या वेळी आपले स्वप्न सत्यात येईल तेव्हा लागणाऱ्या क्षमतांसाठी आपली परिपूर्ण तयारी करणे. यश पचविण्याची कला अवगत असल्याशिवाय स्वप्न सत्यात उतरण्याआधीच धुराप्रमाणे हवेत निघून जाईल. म्हणूनच आव्हाने व अडथळे हे आपल्या यशाच्या तयारीसाठी आहे

जी. एम्. राव

व्यवसायातील माझा प्रवास हा एखाद्या नदीच्या प्रवाहासारखा आहे. प्रत्येक अडथळ्यामुळे नदीचा हा मार्ग बदलला व अखेरीस मी ध्येयापर्यंत पोचलो. माझं सर्व आयुष्यच आव्हानांनी भरले आहे. प्रत्येक आव्हान हा एक अर्थपूर्ण योगायोग होता व त्याने मोठ्या संधीच्या वाटा खुल्या केल्या.

जॉन पॉल डेजोरिया

आव्हाने, अडचणींमधून आपल्याला पूर्ण शिक्षण मिळते. आपल्या यशात त्यांचा सहभाग असतो. आयुष्यात इतक्या विविध घटना घडल्या. मला हव्या त्या पद्धतीने त्या घडल्या नाहीत. पण त्यातून मला हे कळून चुकलं की मी त्यातून गेलो नसतो तर आयुष्यात नंतर मी जेवढा आनंदी व यशस्वी झालो तेवढा झालो नसतो. आयुष्यात अनेक गोष्टी घडणारच असतात. पण हे धडेच तुमच्या अंतिम ध्येयापर्यंत नेतात.

मी माझ्या प्रवासाकडे मागे वळून बघितले तर लक्षात येते की मी माझं स्वप्न साकार करण्यासाठी काम करायला सुरुवात करायच्या आधी अशा अडचणी, आव्हाने कधीच आली नाहीत. जेव्हा तुमचं स्वप्न साकार करण्यासाठी विशिष्ट उद्देशाने तुम्ही काम करता, तेव्हा जितकी अवघड आव्हाने/अडथळे तुमच्यासमोर येतात तेवढे तुम्हाला निरुद्देश काम करताना कधीच अनुभवावे लागत नाहीत. काही हेतू नसेल तर येणारे अडथळे/आव्हाने काही कारण नसताना आणि केवळ दुर्दैवाने आले आहेत असे वाटते. खरं तर त्यामागे सुद्धा कारण असते. कारण तुमच्यात त्यामुळे सुधारणा होते. म्हणून तुम्ही त्याच्यापासून लपायचा प्रयत्न केला, तरी तुम्हाला आव्हानांना तोंड द्यावेच लागते.

पीटर बरवॉश

माझं मूळ तत्त्वज्ञान हे आहे की जर काही चांगलं घडलं, तर मी त्याचा आदर करतो, जर काही वाईट घडलं तर तो माझ्या शिकण्याचा भाग असतो.

जेव्हा आपण पहिल्यांदा त्यांच्याशी दोन हात करतो तेव्हा आपणा सर्वांसाठी आव्हाने/अडचणी कठीण असतात. पण जोपर्यंत तुम्हाला त्यांच्याशी दोन हात करण्याचा उपाय सुचत नाही, तोपर्यंतच. ती पार करण्याची तुमची क्षमता नाही. तो अडथळा किंवा आव्हान कधीच तुमच्यासमोर ठेवलं जात नाही. कधीच नाही.

पीटर फोयो

मानसिकतेने अडथळे पार करता येतात. माझी मानसिकता आनंदी राहण्याची, कृतज्ञ असण्याची आहे. ती कायम तशीच आहे. आर्थिकदृष्ट्या गोष्टी जास्तीत जास्त वाटून घ्यायच्या असं मी ठरवलं आहे. तुम्ही जितकं जास्त वाटून घेता तितक्या अडचणी दूर होतात.

पीटर फोयोने आपले स्वप्न साकारण्यासाठी काही तत्त्वं प्रामाणिकपणे पाळली. कुठल्याच अडथळ्यांनी तो कधी डगमगला नाही. कृतज्ञतेच्या भावनेतून त्याने सकारात्मक व आनंदी वृत्ती नेहमीच ठेवली. जेव्हा जेव्हा शक्य होते, तेव्हा त्याने इतरांना मदत केली. ज्या वेळी त्याला अडचणींचा सामना करावा लागला, तेव्हा त्याने 'नायका'च्या सर्वात श्रेष्ठ क्षमतेचा डोळ्यांपुढे एखादी गोष्ट उभी करण्याचा वापर केला.

पीटर फोयो

प्रतिस्पर्ध्यांकडून खूप अडचणी येतात. भ्रष्टाचार, कायदेतज्ज्ञ यांच्याकडूनही अडचणी येतात. पण त्याचं मला काहीच वाटत नाही. मला त्यातून काय निर्माण होणार हे समजते. मी कुठे चाललो आहे ते मला कळते. अडचणी हा दुसरा मार्ग निर्माण करणारा घटक आहे. मी म्हणतो, 'ठीक आहे, मग आत्ता आपण कुठल्या मार्गाने जाणार आहोत?' मग काहीतरी वेगळेच माझ्या डोळ्यासमोर येते.

तुम्हाला जे घडवायचे आहे ते स्पष्टपणे डोळ्यांपुढे आणा, मग तुम्हाला तुमच्या प्रश्नाचे उत्तर मिळेल किंवा ते आव्हान पेलण्याचा उत्तम मार्ग सापडेल. पण हे उत्तर तुमच्या डोळ्यांसमोर येण्यासाठी तुमचे मन भीतीयुक्त विचारांपासून मुक्त असायला हवे.

कल्पना करा की तुम्ही हरवला आहात व दिशा मिळण्यासाठी तुम्ही प्रयत्न करीत आहात, पण जेव्हा कुणी एक तुम्हाला रस्ता सांगत असतो तेव्हा तुम्ही मात्र तुम्ही कसे हरवलात याविषयी, हरविणे हा किती मोठा प्रश्न आहे. रस्ता सापडण्यासाठी तुम्ही कसा प्रयत्न केला, तुम्ही कसे घाबरलात याविषयीच बोलत राहता. जे मार्गदर्शन मिळत असते, ते तुम्हाला कधीच ऐकू येत नाही, जर तुमचं मन भीती/राग यांनी भरलेलं असले तर विश्वाकडून येणारी उत्तरे तुम्हाला ऐकूच येत नाहीत.

लिझ मरे

कधी कधी माझ्या मैत्रिणीच्या घरीच मी झोपे. शाळा सुरू व्हायच्या आधी मला दुसऱ्या एका शिकवणीला जावे लागे व तिथे जाण्यासाठी मला कशाने तरी प्रेरणा मिळवावी लागे. म्हणून मग मी एक पळणारी आकृती माझ्या डोळ्यांपुढे आणी. ती कदाचित मी असेन पण मी कायम तिला पाठमोरी बघत असे. धावण्याच्या शर्यतीच्या ट्रॅकवर ती एकटीच पळत असे. ती अडथळेच अडथळे ओलांडायची. मी तिथे झोपून तिची ही कसरत बघे व मीही अशा पद्धतीने अडथळे पार करेन असे चित्र रंगवे. मी म्हणे, 'ठीक आहे. तू दमली आहेस. पण हा अडथळा आहे. तू काम कर. काल रात्री तू हे केले आहेस. तू अडथळ्यावरून उडी मारली आहेस. भुकेल्या पोटी, नाश्ता न करता तू गाडी पकडली आहेस. अडथळा, अडथळा, अडथळा.' मग ती अडथळे ओलांडताना मला तिची कणखर स्नायूंनी बनलेली, उन्हात घामेजलेली पाठ दिसे. म्हणूनच नेहमीच माझ्या मार्गात काहीही आले तरी तो एक अडथळाच ना? कारण अडथळा हा त्या मार्गापेक्षा वेगळा नसतोच. तो त्याचाच एक भाग असतो. मी माझ्या मार्गावरून ढळले नाही, याचेच ते एक चिन्ह आहे. मार्गाचाच भाग म्हणून त्या गोष्टी असतात जर मी ते अडथळे ओघात पार केले, तर मी शर्यत जिंकेन.

मायकेल ॲक्टन स्मिथ

मला माहीत नाही कसे, पण अगदी अवघड काळातही, मी हे काम करणारच ही माझी भावना होती. कारण माझा इतका त्या उत्पादनावर विश्वास होता, की मला यश मिळणारच अशी मला खात्री होती. जर तुम्ही दटून राहिलात, विश्वाला विचारलेत, तर तुम्हाला उत्तर मिळणारच.

जॉन पॉल डेजोरिया

नकार मिळाला की काही लोक ती गोष्ट सोडून देतात. तोच त्यांच्या मार्गातला सर्वात मोठा अडथळा असतो. 'एखाद्याला जर यश मिळवायचे असेल तर त्याला भरपूर नकारांना तोंड द्यायची तयारी ठेवायला लागते, तुमच्यावर त्याचा परिणाम होऊ देणे टाळावे लागते. जेव्हा अनेक जण एखाद्या गोष्टीची तयारी करतात तेव्हा त्यांची याची तयारी झालेली नसते. त्यामुळे आपण अपयशी झालो असं त्यांना दिसतं. मग ते थांबतात. जर माझ्या आयुष्यात अनेक नकार आले नसते तर मी जॉन पॉल मिचेल सिस्टीम्स् कधीच स्थापन केली नसती.

अपयश आणि चुका

''आपण चुका करतो. आपण चुका केल्या नसत्या तर कधीच मजा आली नसती. मी बाहेर गेलो व गोल्फ खेळलो आणि १८ पैकी प्रत्येक भोकात मी सतत चेंडू मारला असता तर फार काळ गोल्फ खेळलो नसतो. म्हणजे मला असे म्हणायचे आहे की कधीतरी तुम्हाला खराब खेळावे लागते, खेळात रस टिकवून ठेवण्यासाठी. पण सतत नाही.''

वॉरन बफे
बिझिनेस मॅग्नेट व गुंतवणूकदार

लेन बीचले

जर तुमच्या चुका व अपयश यावर, मागे वळून, तुम्ही विचार केला तर तुमच्या लक्षात येईल की तुमच्या प्रवासातील तो आवश्यक भाग होता.

पॉल ऑरफेलिया

एखादे लहान मूल कसे सतत उठते आणि सतत पडते? त्यासाठी मनाची खूप ताकद लागते. शून्यापासून पाचपर्यंत जाण्यासाठी प्रत्येक वेळा अनेक अडथळे पार करावे लागतात. पण तुमच्या चुकांपासून तुम्ही शिकता.

लेर्ड हॅमिल्टन

तुम्ही अपयश पचवायची तयारी ठेवायला हवी. मला माहीत आहे की अपयशातून जेवढे शिकता येते, तेवढे यशातून शिकता येत नाही. त्यामुळेच आपण आपल्या स्वप्नाच्या जवळ जाऊन पोचतो.

जर तुमच्यामध्ये तुमचं स्वप्न साकार करण्यासाठी तुम्हाला भल्याबुऱ्याची चांगली पारख जर नसेल तर अपयश व चुकांमुळे तो गुण नक्कीच निर्माण होतो. तुम्ही कोणाच्या तरी सांगण्यावरून एखाद्या गोष्टीवर विश्वास ठेवता व अपयश येतं. तुम्ही अनेकदा अविचाराने एखादी गोष्ट करता व अपयश येते. पण या चुका/अपयश याकडे तुम्ही मागे वळून बघितलेत तर तुमच्या लक्षात येईल की काही धोक्याची सूचना तिथे होती, ज्याकडे तुम्ही दुर्लक्ष केले. थोडक्यात, तुम्ही तुमच्या अंतर्मनाकडे दुर्लक्ष केले.

लेन बीचले

चुकांमुळे नक्कीच शिकायला चांगली संधी मिळते. पहिल्याच वेळी धडा चांगला न शिकणे ही फक्त एकच चूक असते आणि विश्वाची एक मोठी गोष्ट ही असते की धडा पूर्णपणे चांगला शिकेपर्यंत तोच तो तुम्हाला सतत गिरवावा लागतो.

तुम्हाला असंही वाटेल की तुम्हाला तुमचा स्वत:चा शोध घ्यावा लागेल. दुसऱ्यावर आंधळेपणाने विश्वास न ठेवता किंवा एखादी कृती करण्याआधी तुम्हाला अधिक काळजीपूर्वक विचार करायला लागेल.

> ''जे एक रेस्टॉरंट चाललं नाही त्याच्यापासून मी जी रेस्टॉरंट चालली त्याच्या तुलनेत कितीतरी जास्त शिकलो.''
>
> *वूल्फगँग पक*
> *रेस्टॉरंटचा मालक, मोठा व्यावसायिक*

जी. एम्. राव

आपण अपयशे साजरी करायला हवीत. कारण ती आपल्या चुकीच्या कृतींपासून निर्माण झालेली असतात, म्हणूनच त्यातून शिकण्यासाठी मोठा पाया तयार होतो. म्हणूनच त्यातून आपण शिकण्यावर लक्ष केंद्रित करायला हवे. म्हणजे पुन्हा पुन्हा चुका घडणार नाहीत. नव्या कल्पना, नवे दृष्टिकोन, प्रयोग, संशोधन यांना प्रोत्साहन देण्यासाठी चुकांची कधीही निंदा करता कामा नये.

ज्या वेळी कोणालाही दोष न देता तुम्ही तुमच्या अपयशांची व चुकांची जबाबदारी घेता, त्या चुकांमधून काय शिकायला मिळेल याचा विचार करता, त्या वेळी 'नायका'च्या मार्गावरून प्रवास करताना पुढे जाण्यासाठी एक शक्तिशाली साधन मिळते. चुका, अपयश या न टाळता येण्यासारख्याच आहेत. तुम्ही त्यात दडलेली जादू कशी शोधता हे तुमच्यावरच अवलंबून आहे.

लेर्ड हॅमिल्टन

या पद्धतीचे एक सूत्र आहे, सर्वप्रथम तुमचा विश्वास हवा की हे शक्य आहे. नंतर तुमची अपयशी व्हायची तयारी हवी, मागे फिरायची व पुन्हा करायची तयारी हवी. मग लवकरच तुम्ही

म्हणाल, 'व्वा! मी पुढे जात आहे.' नंतर म्हणाल, 'माझ्यात सुधारणा होत आहे.' 'मी चांगलीच प्रगती केली आहे'. थोड्याच काळात तुम्ही उच्च पदावर पोचता. मग तुमच्या लक्षात येते, हा खटाटोप उच्च पदापर्यंत पोचण्यासाठी नव्हता तर ती पद्धत लक्षात येण्यासाठी होता. मग त्या पद्धतीचे तुम्हाला जणू व्यसनच लागते.

चमत्कार

पीटर बरवॉश

जे काही घडलं, त्याबद्दल मी कृतज्ञ आहे. मला कळून चुकलं आहे की आपण स्वतंत्र नाही. आपण फक्त प्राणवायूवरच नाही, तर चांगले नशीब, चांगली वेळ व इतर माणसे यांवर अवलंबून असतो.

'नायका'च्या प्रवासात पुन्हा पुन्हा काही गोष्टी कराव्या लागतातच पण या मार्गावर अनेक चमत्कारही अनुभवाला येतात. खरं तर आत्मपरीक्षा घेणाऱ्या घटनांपेक्षा चमत्कारच जास्त वेळा घडतात. माझा स्वत:चा अनुभव असे सांगतो की माझ्या स्वप्नपूर्तीच्या वाटेवर मी असताना जे चमत्कार, जी जादू अनुभवाला आली, ती माझ्या स्वप्नपूर्ती इतकीच थरारक होती. ज्या गोष्टी अडवणं कोणाही माणसाला शक्य नाही, विश्व त्या गोष्टी घडवायला सुरुवात करते आणि माझ्यावर विश्वास ठेवा, ही बाब सर्वात जास्त रोमांचक असते. तुम्ही सतत विचारत राहता, 'अरे, हे कसं काय घडलं?'

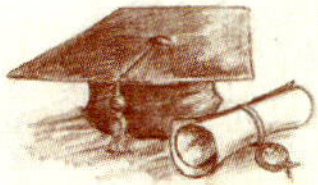

लिझ मरे

मी रस्त्यावर झोपे, मी दुकानातून वस्तू चोरी, ही काही चांगली सवय नाही. पण खाण्यासाठी मला ते करावे लागे. मी बार्न्स ॲन्ड नोबल्स मध्ये जायची, स्वमदत या विषयावरची पुस्तके चोरायची, जिन्यांमध्ये वाचायची. मग माझी ही बातमी पसरली. मला स्टीफन कोवी कंपनीतून बोलावणे आले. मी बाहेर गेले व त्यांच्याशी बोलले व

त्यांच्यासमोर उभे राहून बोलताना मला कळून चुकले की मी यांचेच पुस्तक चोरले होते. मला त्यांना सांगावे लागले, 'मी तुमचे पुस्तक चोरले.' ते मला म्हणाले, ते पुस्तक मला भेटीदाखल दिले आहे.

लिझ मरे त्या वेळी १८ वर्षांची होती, तेव्हा स्टीफन कवींनी तिला विचारले, 'ती आपली गोष्ट त्यांच्याबरोबर स्टेजवर उभे राहून सांगेल का.' तो दिवस लिझच्या आयुष्यात जणू जादूई होता. कारण त्या दिवशी तिला इतरांना तिची गोष्ट सांगण्याची, त्यांना प्रेरणा देण्याची संधी मिळाली. लिझने सर्वात जास्त खपाचे पुस्तक लिहिले. मग मिखाइल गोर्वाचेव्ह, दलाई लामा, टोनी ब्लेअर यांच्या बरोबरीने तिला व्यासपीठावर उभे राहायला मिळाले.

पीटर बरवॉश

१९६८ च्या शेवटी, मी टेनिस स्पर्धांसाठी प्रवासात होतो. तेव्हा माझ्याकडे काहीच पैसे शिल्लक नव्हते. मी फोर सीझन्स हॉटेलचे मालक इसी शार्प यांच्याबरोबर खेळत होतो. ते मला म्हणाले, 'तू काय करणार आहेस?' मी म्हणालो, 'माहीत नाही. कदाचित मी परत जाईन व शाळेत शिकवेन.' त्यांनी विचारले, 'टेनिसमध्येच राहण्यासाठी तुला काय हवे आहे?' मी सांगितले, '१८०० डॉलर्सची दोन विमानाची तिकिटे. या ३६०० डॉलर्समुळे मी इथे टिकून राहीन.' दुसऱ्या दिवशी मी खाली त्यांच्या ऑफिसात गेलो व त्यांनी ३६०० डॉलर्सचा चेक मला दिला. मला शुभेच्छा दिल्या. तिथून माझे आयुष्य बदलले. तो प्रसंग हा त्या स्पर्धेत टिकून राहण्यासाठीचा अविभाज्य भाग होता. त्यामुळे जागतिक क्रमवारीत माझा समावेश झाला. नंतर जे सगळे घडले, तो इतिहास आहे.

मस्टिन किप

मी सर्फिंगचा प्रशिक्षक होतो. माझ्या आधीच्या मैत्रिणीच्या वडिलांच्या घरात स्विमिंग पूल पासच्या कपडे बदलण्याच्या ८ X ८ फूटी खोलीत राहात होतो. 'द डेली लव्ह' हा माझा छंद होता, पण नुकतेच ते पूर्ण वेळ करायचा मी निर्णय घेतला होता. महिनाभर इ-मेल, ट्वीट यावर संपर्क साधून पूर्ण वेळ तेच काम करून मी अस्थिरतेचा सामना करत होतो. पण त्यानंतरच किम कर्दाशियनने २० लाख लोकांना माझे ट्विटर हँडल वापरायला सांगितले. मी तो क्षण कधीच विसरणार नाही. एका रात्रीत आम्ही १००० वरून १०००० फॉलोअर्सपर्यंत पोचलो. मला जणू भासले की जणू देवच मला हे करण्यासाठी विनवत आहे.

लेन बीचलेचे स्वप्न होते जगातली सर्वोत्कृष्ट महिला सर्फर व्हायचे. त्यासाठी तिला आधीचा चारही जागतिक स्पर्धांमध्ये सलग जिंकण्याचा विक्रम मोडायचा होता. त्या वर्षीच्या शेवटच्या स्पर्धेत ती चौथ्या जागतिक स्पर्धेत खेळत होती. शेवटच्या टप्प्यात जाताना लेनचे जास्त गुण होते, चौथ्या जागतिक स्पर्धेत यश तिच्या टप्प्यात होते.

लेन बीचले

२००१ सालची ती शेवटची स्पर्धा होती. मी क्वार्टर फायनलमध्ये होते. मी माझ्या शेवटच्या लाटेवर पडले. त्यामुळे ती फेरी मी गमावली. ज्यामुळे मला सलग चौथ्या जागतिक स्पर्धेतले यश हुलकावणी देऊ शकत होते. सगळं जग जणू माझ्यासाठी संपले. मी इतकी निराश झाले होते, कारण माझे अंतिम उद्दिष्ट होते की आधी तिथपर्यंत पोचायचे व नंतर सध्याचा विक्रम मोडून सलगच चौथे पदक मिळवायचे.

लेनला एखादा चमत्कार घडायला हवा होता. लेनच्या अनेक प्रतिस्पर्ध्यांना लेनचे गुण ओलांडायची व जागतिक विक्रम करायची संधी होती.

लेन बीचले

१९९३ ची विश्वविजेती पॉलीन मेन्स्जर माझ्याजवळ आली व म्हणाली, 'घाबरू नकोस. आपल्याला हे करायला हवे.' तिला मी ते पदक जिंकल्याचे व विश्वविजेती झाल्याचे बघायचे होते. ते पदक इतर कुणालाही मिळू नये, तशी संधीही मिळू नये म्हणून ती अतिशय चेवाने उतरली व माझ्या सर्व प्रतिस्पर्ध्यांना तिने धूळ चारली. त्यामुळे मला चौथ्या विश्व विजेतेपदाचा मान माझ्या वाट्याला आला. तिची दृष्टी अधू होती व डोळ्याची शस्त्रक्रिया तिला परवडणारी नव्हती. म्हणून मी धन्यवादाच्या रूपात तिला शस्त्रक्रियेसाठीचे पैसे द्यायचे ठरविले.

लेन बीचलेने पुढे जाऊन सलग सहावे विश्वमानांकन पटकविले.

लिझ मरे

ज्या वेळी माझ्या जीवनाची गोष्ट न्यूयॉर्क टाइम्समध्ये छापून आली त्या वेळी 'नायका'बद्दल मला बरेच शिकायला मिळाले. माझ्या वसाहतीतले सर्व लोक माझ्या मदतीस हजर होते. मी त्यांना ओळखत नव्हते. त्याच्या हातात बेक्ड ब्राऊनीज, त्यांच्या कपाटातील कपडे, कॉलेजसाठी भेटवस्तू घेऊन ते जणू देवदूताप्रमाणे तिथे उभे होते. मी बेघर होते, त्यांनी माझ्या घराचे भाडे दिले. तिथे झोपण्यासाठी पलंग तयार केला. तिथे दिवे लावले, फ्रीजमध्ये सर्व वस्तू भरल्या. प्रत्येक जण त्याच्या त्याच्या पद्धतीने उत्तम मदत करीत होता. पण तिथे एक बाई होती. त्या लोकांनंतर तीन आठवड्यांनी ती आली. सर्व शाळेच्या समोर तिने लगेच माझ्याशी हस्तांदोलन केले. तिची ओळख करून दिली

आणि माझी माफी मागितली. मी तिला कशाबद्दल ते विचारले. तर ती म्हणाली, 'कारण मी तुमच्याबद्दल न्यूयॉर्क टाइम्समध्ये वाचले. माझ्या रेफ्रिजरेटरवर ते चिकटविले. रोज मी मला म्हणत असे, 'मी तुला मदत करणार आहे, पण वेळ नाही, पैसे नाहीत. मी मदत नाही करू शकत.' पण प्रिय मुली, आज मी सकाळी कपडे धूत होते आणि माझ्या डोक्यात प्रकाश पडला, लिझचे कपडे मी धुऊ शकते.' तिच्या लक्षात येताच ती माझ्याकडे आली व मला विचारले, 'तुझे काही कपडे धुवायचे आहेत का?' आम्ही जाऊन माझे कपडे घेतले व दर आठवड्यातून एकदा ती कपडे धुऊन देत असे. ती मला म्हणाली, 'मी यापेक्षा जास्त करू शकत नाही. पण हे नक्की करेन.' या पृथ्वीवरील प्रत्येकाने जर हा धडा गिरविला. 'मी जास्त करू शकणार नाही, पण एवढे नक्की करेन.' तर इतरांना तुमच्या शक्तीनुसार तुम्ही प्रचंड मदत करू शकाल. आपण जर या पद्धतीने जगलो तर या पृथ्वीवरील सर्वांच्याच विचारात खूप फरक पडेल.

THE SUPREME ORDEAL

अग्निपरीक्षा

ॲनास्टाशिया सोर

जर तुम्हाला सकाळी उठून रोज त्याच त्या गोष्टी करायच्या नसतील तर तुम्हाला योद्धा बनायला हवे, जर तुम्हाला बदल करायचा असेल, काही महत्त्वाचे काम करायचे असेल तर युद्ध पातळीवरच काम करायला हवे. मला महत्त्वाचे काम करायचे होते. मला अशा गोष्टी करायच्या होत्या, ज्या माझे व लोकांचे आयुष्य बदलून टाकतील. मला सर्वसामान्य राहायचे नव्हते.

मायकेल ॲक्टन स्मिथ

अवघड होते. व्यवसाय मोठा करायला अनेक महिने लागले. आम्ही फारसे पैसे मिळवत नव्हतो. १९९८ मध्ये फारच थोड्यांना इंटरनेटविषयी माहिती होती, त्यामुळे आमचे उत्पादन फारच थोडे जण घ्यायचे. आमचा एक मित्र आमच्याकडून ते उत्पादन खोट्या नावावर दर महिन्याला विकत घ्यायचा, फक्त पुढे जाण्यासाठी आमचा आत्मविश्वास जागा राहावा म्हणून. आम्ही जवळ जवळ व्यवसाय बंद करण्याचा निर्णय घेतला होता.

'नायका'च्या प्रवासात यशाची बक्षिसी मिळायच्या आधी तुम्हाला एक शेवटचे आव्हान पेलावे लागते. तुमचे स्वप्न किती मोठे आहे, त्यावर हे आव्हान किती मोठे आहे ते ठरते. या शेवटच्या आव्हानालाच सर्वात मोठी परीक्षा असे म्हटले जाते. तुम्हाला असं वाटेल, की तुमच्या स्वप्नाचा मृत्यू झाला आहे, पण जेव्हा तुम्ही त्यातूनही उभे राहता, तेव्हा तुमच्या स्वप्नाचा जन्म झालेला असतो.

मायकेल ॲक्टन स्मिथ

हा नायकाचा प्रवास फारच सुंदर आहे. नाही का? अगदी सर्व मार्ग बंद झाले, सर्व आशा संपुष्टात आल्या तरी तुम्ही ते पूर्ण परत फिरवू शकता. एखादी गोष्ट सरळ कुठेतरी सोडून देणे व पुन्हा झगडणे बंद करणे, ही फारच कंटाळवाणी गोष्ट आहे.

लेन बीचले

तुम्हाला अगदी तळाशी खोल जावे लागेल व आव्हाने पेलण्यासाठी पुन्हा वर वेगाने उसळी मारावी लागेल.

चित्रपटात तुम्ही पडद्यावर शेवटची अग्निपरीक्षा बघितली असेल, ज्यात त्यातील नायकाने समोर आलेल्या प्रत्येक अडचणीवर मात केलेली असते, त्याच्या नायिकेला संकटातून सोडविण्याच्या किंवा गुलबकावलीचे फूल मिळवण्याच्या अगदी अखेरच्या टप्प्यात तो असतो, त्या वेळी एक शेवटचे आव्हान त्याला पार करायचे असते.

मस्टिन किप

प्रत्येक नायक जवळ जवळ मेलेला असतो किंवा मरतो आणि पुन्हा जिवंत होतो. मानसिक, भावनिक, अध्यात्मिक किंवा शारीरिक मृत्यूची कल्पना ही लोकांसाठी फारच भयावह असते. पण आपल्याला त्यात प्रवेश करावा लागतो, ज्याप्रमाणे ख्रिस्त दोन्ही हात पसरून क्रूसवर चढला त्याप्रमाणे.

''मला जर दुसऱ्या एखाद्या क्षेत्रात आधीच यश मिळाले असते, तर ज्यामध्ये माझा जीव खराखुरा रमतो. त्यामध्ये यश मिळवण्याचा निर्धार माझ्या मनात जन्मलाच नसता. मला मोकळीक मिळाली कारण मला ज्याची सर्वात जास्त भीती वाटत होती तेच घडले. तरी मी जिवंत होते आणि माझी लाडकी मुलगी माझ्याजवळ होती, माझा जुना टाइपरायटर माझ्याकडे होता आणि मोठी कल्पना माझ्याकडे होती. म्हणूनच हा अगदी तळाचा भाग माझ्यासाठी भक्कम पाया झाला. त्याच्या आधारावर मी पुन्हा माझे आयुष्य उभे केले.''

जे. के. रोलिंग
हॅरी पॉटर पुस्तकांची लेखिका

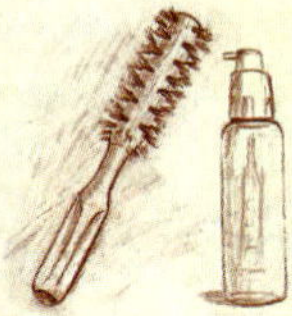

जॉन पॉल डेजोरिया

मी एका कंपनीत दोन मोठ्या पदांवर काम केले. कंपनीची स्थिती चांगली होती, पण त्यांच्या म्हणण्याप्रमाणे मी त्यांच्या लायकीचा मॅनेजर नव्हतो. म्हणून त्यांनी मला हाकलले. मी दुसऱ्या कंपनीत काम करू लागलो. त्यांनी ही मला हाकलले. कारण मी आठवड्याच्या सुट्टीत त्यांच्याबरोबर जात नसे. तिसऱ्या कंपनीत मी रुजू झालो. त्यांचा व्यवसाय तिपटीने वाढविला. पण एक दिवस कंपनीचा मालक म्हणाला, 'क्षमा करा. तुम्हाला मी काढत आहे. कारण तुमचे काम एक जण तुमच्यापेक्षा निम्म्या पगारात करायला तयार आहे.' मग नंतर मी जॉन पॉल मिचेल सिस्टीम्स् सुरू केली. जॉन पॉल मिचेल सिस्टीम्स चालू केल्यानंतर दोन वर्षानंतर मला कळून चुकले की ज्या ३ कंपन्यांनी मला हाकलले, तिथे काम केले नसते तर जॉन पॉल मिचेल सिस्टीम्स् सुरू करणे फार अवघड होते, कारण प्रत्येक कंपनीत मी काहीतरी शिकलो. मला त्यांनी हाकलले

तरी विश्व मला पुढे ढकलत होते. त्या मार्गात अनेक गोष्टी शिकवत होते, मग मला ते माहीत असो वा नसो.

ज्या वेळी जॉन पॉल डेजोरिया व त्याचे भागीदार पॉल मिचेल त्यांची केसांविषयीची उत्पादने नुकतीच सुरू करणार होते, त्या वेळी जो गुंतवणूकदार त्यांच्या धंद्यासाठी पैसे देणार होता, त्याने अचानक सर्व पैसे काढून घेतले. जॉन पॉल व त्याच्या भागीदाराला खूप मोठ्या जबाबदाऱ्या पेलावयाच्या होत्या, पण आता कोणाचीही बिले देणे शक्य नव्हते. त्यांच्या ग्राहकांनी पैसे दिले नाहीत, तर ४५ दिवस जगणेही अवघड होते. जणू आता मृत्यू अटळ होता. पण त्याच वेळी जॉन पॉलला एक भन्नाट कल्पना सुचली, रोखीने माल घेणाऱ्याला डिस्काउंट देण्याची. जवळ जवळ प्रत्येक ग्राहकाने ही कल्पना उचलून धरली व जॉन पॉल मिचेल सिस्टीम्स् वाचली.

लेन बीचले

१९९५ मध्ये मी जगात दुसऱ्या मानांकनावर होते व पहिल्या मानांकनासाठी माझा तीव्र झगडा चालू होता. मी प्रचंड कष्ट करीत होते. पण १९९६ मध्ये मला प्रचंड अशक्तपणा आला व मला थांबावे लागले. तसा शारीरिक त्रास काहीच जाणवत नव्हता. पण मानसिक, भावनिक व अध्यात्मिकदृष्ट्या मी अगदीच रसातळाला जाऊन पोचले होते. मी इतकी निराश होते की मला आत्महत्या करावीशी वाटत होती. जीवनाबद्दल जिला इतकी आसक्ती होती, तिच्या मनात असे विचार येणे हे फारच क्लेशकारक होते. मला सर्व सोडून द्यावेसे वाटत होते; पण कशासाठी तरी मला जगावेसे वाटत होते. मी माझ्या सर्फिंगच्या प्रेमावर लक्ष केंद्रित करण्याचे ठरविले. पण ज्यावर माझे प्रेम होते, ते करणे मला शारीरिक पातळीवर शक्य नव्हते. पण मानसिक शक्ती मात्र होती. जरी मला माहीत होते की ते करण्यासाठी मला शक्ती नाही तरी हवाईला स्पर्धेत भाग घेण्यासाठी जायचे मी

ठरविले. मी विचार केला, 'मी फक्त तिथे जाईन व मजा करेन.' पण हवाईतील प्रत्येक स्पर्धा मी जिंकली, मी विश्वविजेतेपदाचे मानांकन पहिल्यांदा मिळविण्याआधी १ वर्ष ही घटना घडली. प्रचंड अशक्तपणाचा हा अनुभव माझ्यासाठी फारच महत्त्वाचा धडा होता. आज मला आनंद होतो की मी सोडून दिले नाही.

पीट कॅरॉल

मी प्रशिक्षक म्हणून काम करण्याच्या काळात मला अनेक वेळा हाकलले. माझ्या व्यवसायात जेव्हा एखाद्याला हाकलले जाते तेव्हा खेळजगतातील सर्वांना हे माहीत होते. ते वृत्तपत्रांतही येते. त्याची बातमी होते. ही फार मोठी घटना असते. हाकलल्यावर घरी जाऊन फक्त बायकोला तोंड देण्याइतके ते सोपे नाही. तुम्हाला प्रत्येकालाच तोंड द्यावे लागते. हे फार मोठे आव्हान असते. ठीक आहे. हे घडले. मग काहीतरी घडेल की जे माझ्या भल्यासाठी असेल. मग साक्षात्कार झाला की मी खूप वर्षं काम केले पण मी खोलात कधीच शिरलो नाही. माझ्यासाठी खरोखर महत्त्वाचं काय आहे आणि जे प्रत्यक्षात आणण्यासाठी काय करायचं हे मी कधीच पडताळलं नाही. आत्ता याक्षणी मी पार भिंतीशी चेपला गेलो होतो आणि मला माहीत नव्हतं की मला दुसरी संधी मिळणार आहे का नाही, पण ते जर पुन्हा घडणार असेल तर त्यासाठी मी तयारी करीत होतो. 'यूएससी'ला जायची संधी मिळाली व मला एक प्रकारची दृष्टी मिळाली की पूर्वी कधी केले नाही इतक्या चांगल्या पद्धतीने गोष्टी करता येतील

मस्टिन किप

ज्या वेळी चुकीच्या गोष्टी घडतात, आपण अगदी मुळापासून उपटले जायची वेळ येते, तेव्हा जग तुमच्या विरोधात असते किंवा क्रूर असतं हो ना? पण ते जर दैवी उलथापालथीचे क्षण

असतील तर? तुमच्या क्षमतांचा पूर्ण वापर व्हावा म्हणून तर हे होत नाही ना? तुमचे अध्यात्मिक रस्ते उद्ध्वस्त होतात, ते तुम्हाला शिक्षा म्हणून नाही तर तुमच्या भल्यासाठीच, असे तर नाही ना? परमेश्वराने ही तुमच्या आयुष्यातील सर्वात वाईट आठवण/दिवस घडविला तो तुमच्या आयुष्यातील सर्वात मोठा दिवस असेल का?

ॲनास्टाशिया सोर जेव्हा तिची भुवयांसाठीची प्रसाधने विकायला सुरुवात करणार होती त्या वेळी एका महत्त्वाच्या गुंतवणूकदाराने पैसे काढून घेतले. अचानक तिला तिची उत्पादने विकण्यासाठी, वितरण करण्यासाठी वीस लाख डॉलर्सची गरज निर्माण झाली. तिच्याकडे पैसे उभे करण्यासाठी किंवा तिचे स्वप्न सोडून देण्यासाठी फक्त आठवडा होता. सोडून देण्यापेक्षा ॲनास्टाशिया मार्केटिंग, विक्री, वितरण यासाठी जे जे करायला लागते ते सर्व शिकली. तिच्या प्राविण्यामुळे व चिकाटीमुळे ॲनास्टाशियाची उत्पादने गोडाऊनमधून बाहेर पडली व अमेरिका आणि जगभर त्यांनी प्रचंड यश मिळविले.

मायकेल ॲक्टन स्मिथ

माइंड कँडी ही खेळांसाठीची कंपनी मी २००४ ला सुरू केली. आम्ही सुरू केलेला पहिला खेळ हा फारच कल्पक होता. पण व्यावसायिकदृष्ट्या पूर्ण अपयशी होता. मोशी मॉन्स्टर्स हा आम चा शेवटचा प्रयत्न होता. यशस्वी खेळ तयार करण्याचा शेवटचा प्रयत्न. आम्ही तो तयार केला, पण त्यात आमच्याकडे असलेले सर्व पैसे संपले. त्यामुळे २००८ च्या शेवटी आमच्या काहीही शिल्लक राहिले नाही. माझी अंत:प्रेरणा जणू मला ओरडून सांगत होती की या खेळात जणू काही चमत्कार आहे, काहीतरी फार वैशिष्ट्यपूर्ण आहे, पण त्यात पैसे गुंतविणारा कोणी योग्य माणूस आम्हाला मिळाला नाही. हा काळ म्हणजे सर्वात मोठी अडथळ्यांची शर्यत होती. अतिशय अवघड काळ होता. कारण

ज्यांना पैसे मी देणे लागत होतो असे खूप लोक होते आणि त्याच वेळी आम्ही दिवाळखोरी जाहीर करण्याची व धंदा बंद करण्याची वेळ आमच्यावर येते की काय अशी परिस्थिती होती. त्या न संपणाऱ्या काळ्या रात्री, मी पहाटे चारला उठून बसायचो. हे भयंकर प्रश्न कसे सोडवायचे, या विचाराने झोप लागायचीच नाही. पण आणखी एक गुंतवणूकदार जणू देवदूतासारखा धावून आला. त्याने काही पैसे दिले व ख्रिसमसच्या काही दिवस आधी आमच्याकडे लोकांचे पगार देण्याइतके पैसे आले, आमच्या आशा पल्लवित राहिल्या. त्या पुढच्या महिन्यात आम्ही मागणी करणाऱ्या ग्राहकांची नोंद करून घेणे सुरू केले व त्यानंतर आम्ही कायम फायद्यात राहिलो.

पॉल ऑरफेलिया

चिनी भाषेत म्हण आहे, 'संकटकाळ ही संधी आहे' हे खरंच आहे. कारण अनेक अपयशात नव्या संधींची बीजे असतात.

'*द सिक्रेट*' हा चित्रपट जगभर सर्व देशात एकाच वेळी प्रदर्शित करण्याचं माझं स्वप्न होतं. जगभर पसरलेल्या विविध दूरचित्रवाणीच्या जाळ्याद्वारे चोवीस तासामध्ये हा जगभर दाखवला जाऊ शकेल याची मला खात्री होती. सुरुवातीला ज्या वेळी '*द सिक्रेट*' ची कल्पना जन्माला आली, त्या वेळी दूरचित्रवाणीच्या आंतरराष्ट्रीय नेटवर्कस्नी खरेच रस दर्शविला होता. पण जेव्हा चित्रपट तयार झाला, त्या वेळी तो न पाहताच एका मागोमाग सर्व चॅनेल्स त्यातून बाजूला झाली. आम्ही चित्रपट तयार केला, मला तीस लाख डॉलर्सचे कर्ज होते आणि जगभर तो प्रदर्शित करण्याचा एकही मार्ग आमच्या दृष्टीपथात नव्हता.

मग आम्ही एका कंपनीविषयी ऐकले, जिने इंटरनेटवरून जाहिराती प्रकाशित करायचे एक नवे तंत्रज्ञान निर्माण केले होते. आमचा चित्रपट सर्वदूर

प्रदर्शित व्हायची एक नवी शक्यता निर्माण झाली होती! आमच्या कंपनीने या कंपनीसोबत पूर्ण लांबीचा चित्रपट दाखविण्यासाठी तंत्रज्ञान विकसित करण्यासाठी बेभानपणे काम केले व *'द सिक्रेट'* इंटरनेटवरून प्रसारित झाले. जगामध्ये अशा पद्धतीने बघितला गेलेला हा पहिलाच चित्रपट होता. या तंत्रज्ञानामुळे *'द सिक्रेट'* सर्व जगभर २४ तासाच्या आत दाखविला गेला. जसे माझे स्वप्न होते, तसेच.

> ''शरण जाण्यापेक्षा भुकेने मरणे केव्हाही श्रेयस्कर आहे. तुम्ही जर तुमचे स्वप्नच सोडून दिले तर काय शिल्लक राहिले?''

जिम कॅरी
ॲक्टर

'शेवटची सत्वपरीक्षा' हे ऐकायला जरी भयंकर वाटले, तरी प्रत्यक्ष त्या परीक्षेला उतरताना तुम्हाला ते जाणवत नाही, हे अगदी निखालस सत्य आहे. या शेवटच्या आव्हानाच्या वेळी तुम्ही पूर्ण तयार असता. इथपर्यंत येण्यासाठी तुमच्यामधील क्षमतांची तुम्हाला याआधीच कल्पना आलेली असते, ही अग्निपरीक्षा उत्तीर्ण होण्यासाठी ज्याची गरज असते ते सर्व तुमच्याकडे असते.

भाग चार

विजय

THE REWARD

बक्षीस

विजेत्या खेळाडूंना झालेला अत्यानंद तुम्ही बघितला असेल किंवा विश्वविक्रम मोडणाऱ्या, सुवर्णपदक मिळविणाऱ्या ॲथलेटिक्सच्या खेळाडूंचा जल्लोषही तुम्ही बघितला असेल. त्यांची ती ऊर्जा इतकी प्रचंड असते की तुम्हालाही लगेच त्याची लागण होते. तुमचंही मन आनंदाने भरून जाते. तुमच्या डोळ्यात अश्रू उभे राहतात आणि तरीही तुमच्या या भावनांची, ते खेळाडू जिंकण्याच्या क्षणी त्या खेळाडूंच्या मनात जो आनंद असतो, ज्या भावना असतात त्याच्याशी तुलना होत नाही. तुमच्या प्रवासातील प्रत्येक पाऊल उचलताना सर्व आव्हाने, अडथळे यांना पुरून उरून यशाच्या क्षणी जो आनंद तुम्ही अनुभवता तो तसाच असतो.

पीट कॅरॉल

ओक्लाहोमाच्या २००५ च्या खेळाच्या आधीच्या दिवसाची ती रात्र होती. मी माझ्या टीमशी बोलत होतो. 'या मोसमात आपण अजूनही हरलो नाही. कॉलेज फूटबॉलच्या इतिहासातील सर्वात मोठा, महत्त्वाचा खेळ आपण खेळत आहोत.' त्या रात्रीच्या मीटिंगमध्ये काय बोलण्यासारखे असणार? मी आत गेलो व जे

बोललो अगदी तसेच आम्ही त्या दिवशी घडवले. आजपर्यंत जे कधी घडले नाही ते आम्हाला करायचे होते आणि सलग आम्ही कितीतरी सामने जिंकले आणि जितके चांगले खेळता येईल तितके चांगले आम्ही खेळलो. डोळ्यांपुढे जे स्वप्न उभे केले त्यावर आम्ही विश्वास ठेवला, ते स्वप्न प्रत्यक्षात यावे यासाठी सतत काम केले मग आम्हाला ते कसे हरवू शकणार? पण हा आमच्यासाठीचा धडा नव्हता. आमच्यासाठीचा धडा हा होता की हा मार्ग शोधला व दृष्टी निर्माण झाली की आपल्याला जे मिळवायचे आहे ते आपण मिळवितोच. ते झाले, आम्ही गेलो आणि आम्ही सर्व सामन्यात घवघवीत यश मिळवले.

पीटर बरवॉश

जितके शक्य होते, तितके अत्यंत सुंदर आयुष्य मला मिळाले. त्या वेळी सुरू झालेल्या १७ मूळ कंपन्यांपैकी आम्हीच फक्त जिवंत आहोत. १३४ देशांपर्यंत टेनिस पोचवण्याचे आमचे स्वप्न आज पूर्ण झाले आहे.

मायकेल ॲक्टन स्मिथ

२००९ मध्ये माझ्या करिअरमधील सर्वात उत्कंठेचा प्रसंग घडला. त्यावर्षी आम्ही प्रायोजकतेची सेवा सुरू केली. जे उत्पादन आम्ही मोफत देण्यासाठी तयार केले, त्याच्यासाठी पालकांकडून आम्ही महिन्याला ५ पौंड मिळवित होतो. ह्या खेळाच्या प्रात्यक्षिकाच्या वेळी आमचा छोटासा चमू संगणकाभोवती जमला होता, संगणकाच्या पडद्यावर आम्ही तो खेळ बघत होतो. ५ मिनिटांत आम्हाला पहिली ऑर्डर मिळाली व आमच्या खिशात पहिले ५ पौंड पडले. आम्ही एकमेकांना मिठ्या मारल्या, प्रचंड उड्या मारल्या. आम्ही पूर्ण शांत होण्याआधीच दुसरी मागणी आली. मग तिसरी नि चौथीही आली. ज्या खेळात आम्ही

आमचे सर्वस्व, तन, मन, ऊर्जा ओतले होते, ते घेण्यासाठी आई-वडील तयार झाले हे बघून आमचा आनंद गगनाला भिडला. ती फारच असामान्य भावना होती.

लिझ मरे

मी ज्या वेळी हार्वर्डला प्रवेश घेतला आणि मला शिष्यवृत्ती मिळाली, तो सुंदर क्षण होता. तिथेच मला माझ्या पहिल्या श्रोत्यांशी बोलता आले. मी माझ्या मित्रांना सांगत असे, 'हे जे काही आत्ता घडते आहे ते एखाद्या चित्रपटासारखे आहे, हे एखाद्या पुस्तकासारखे आहे. आणि नंतर खरोखरच माझ्यावर चित्रपट निघाला. मी पुस्तकही लिहिले.' या जगात चमत्कार घडू शकतात या विषयीचा माझा विश्वास आणखी मजबूत झाला.

लेन बीचले

आपल्या करिअरकडे मागे वळून बघताना 'मी हे केले? यावर माझा विश्वासच बसत नाही, की मी हे करू शकलो.' असे उद्‌गार काढता येणे हे फारच उत्साहाचे असते. काही वेळा, ती सर्व पदके जिंकत असताना मी जी व्यक्ती होते त्याच्याशी मी मला स्वतःला जोडूच शकत नाही. पण त्यासाठी मी फारच कृतज्ञ आहे. माझे स्वप्न साकार करताना मी इतक्या लोकांचे आयुष्य बदलू शकले, याचे समाधान काही वेगळेच आहे.

लेर्ड हॅमिल्टन

एक मोठं स्वप्न बघताना आणि ते प्रत्यक्षात आलेले बघताना माझ्या मनाला फारच आनंद होतो. हे एखाद्या परीकथेसारखे आहे. ह्या आनंदासाठी ज्या आव्हानांचे, अपयशांचे, निराशांचे, अपघातांचे व जखमांचे मोल दिले ते काही विशेष नाही. जर जिथे मी पोचलो तिथे मी पोचणार नसेन तर यातली एकही गोष्ट कमी करायला मी तयार नाही.

जी. एम्. राव

मी जेवढी स्वप्ने बघितली, त्यापेक्षाही खूप जास्त जीवनाने मला दिले. जर मी माझ्या स्वप्नांच्या मागे गेलो नसतो, तर मी अत्यंत सामान्य जीवन जगलो असतो.

ॲनास्टाशिया सोर

माझे आयुष्य फार सुंदर आहे. एखाद्या चित्रपटासारखे. मला जे आवडते तेच मी करते. तुम्हाला जे मनापासून आवडते ते तुम्हाला करायला मिळते, ही किती भाग्याची गोष्ट आहे? मी या सर्व प्रवासाचा आनंद लुटला आणि आजही येणारा प्रत्येक दिवस जणू नवा आहे, या पद्धतीनेच मी तो जगते. जीवनाच्या शेवटी कशाहीविषयी दुःख वाटत नाही ही फारच सुखद भावना आहे.

तुमचे स्वप्न साकार होते, त्याचे बक्षीस मिळते, म्हणजे या प्रवासाचा शेवट झाला असे नाही, तर दुसऱ्या प्रवासाची तयारी सुरू झाली असे आहे. अचानक आर्थिक यश, तुमचे स्वप्न अजून मोठे करणाऱ्या अनंत संधींचा तुमच्या आयुष्यात जणू पूर येतो. पैसा, संधी, यश हे सर्व मुक्ततेची एक विलक्षण भावना बरोबर घेऊन येतात. पण 'तुम्ही हे केले' याच्याशी ते समाधान, जल्लोष यांची तुलना होऊ शकत नाही. कारण अक्षरशः शून्यातून तुम्ही हे निर्माण केलेले असते.

पॉल ऑरफेलिया

रोज पहाटे 'आज काय करायचे आहे.' या विचाराने मी दिवसाची सुरुवात करतो. तेच स्वातंत्र्य आहे.

मस्टिन किप

मला माझे आयुष्य कसे घडवायचे, त्याचे चित्र चितारायचे स्वातंत्र्य आहे. मी कुठल्याही स्थळाशी बांधील नाही. म्हणूनच मी माझा

व्यवसाय बाली, माऊइ, भारत, दक्षिण अफ्रिका, न्यूयॉर्क येथून कुठूनही चालवू शकतो. हे स्वातंत्र्य इतके आनंददायी आहे. जरी मी प्रवासात असलो तरी मी पैसे मिळवितो व धंदा करतो. हा अनुभव फारच चित्तथरारक आहे. आणखी निवांतपणाची गोष्ट म्हणजे, मला जेव्हा पाहिजे तेव्हा मी उठतो. लहानपणी शाळेसाठी लवकर उठण्याचा मला फार त्रास व्हायचा. ते फारच त्रासदायक होते.

ॲनास्टाशिया सोर

स्वप्न जेवढे मोठे तेवढेच पैसेही मोठे असतात. कुठल्याही स्वप्नाचे बक्षीस आर्थिक स्वरूपात मिळालेच पाहिजे.

ज्या वेळी तुमचे स्वप्न साकार होते त्या वेळी बऱ्याच वेळा तुम्ही अशा ठिकाणी उभे असता की, कदाचित तुमच्या आयुष्यात प्रथमच, तुम्हाला ज्या गोष्टी हव्या असतात त्या तुम्ही विकत घेऊ शकता, तुम्हाला जेथे जायचे असते तिकडे तुम्ही जाऊ शकता, आणि ज्या गोष्टी तुम्हाला नेहमी कराव्याशा वाटतात, त्या तुम्ही करू शकता. त्या शिवाय तुमच्या कुटुंबाबरोबर, मित्रांबरोबर हे सर्व करण्याची संधी तुम्हाला मिळते. त्यामुळे तुमचे आयुष्य आणखी सुधारतेसुद्धा.

मस्टिन किप

दोन गोष्टी अशा आहेत ज्या एखाद्या बक्षिसासारख्या असतात. तुम्हाला परतफेड करता येणे व इतर लोकांना महान करण्याइतकी संसाधने तुमच्याकडे असणे. सरतेशेवटी मी आत्ता या पातळीवर आहे की मला जेवढे द्यायचे होते, तेवढे मी देऊ शकतो.

लिझ मरे

मी बेघर असताना जे लोक माझ्यासारखेच झगडत होते, ते आज माझ्या कुटुंबाचाच भाग आहेत. गेली १६-१७ वर्षे मला

> *हे लोक माहीत आहेत. आणि ज्या वेळी माझ्याकडे थोडे पैसे आले, तेव्हा मी फारच उत्तेजित झाले कारण आम्हा सर्वांसाठीचा अनुभव मी जणू निर्माण केला होता, आम्ही आमच्या गरजांपासून सुरुवात केली. आम्ही सर्व दंतवैद्यांकडे गेलो. आमच्या काही मित्रांना घर व त्यासाठीचे भाडे हवे होते, आम्ही त्यांच्या भाड्याची काळजी घेतली. माझ्या वडिलांच्या मित्राला कॅन्सर झाला होता व त्याचे ऑपरेशन करायचे होते. त्यांचे ऑपरेशन आम्ही करू शकलो. मला माझ्या डोक्यावर छप्पर मिळाले. मी ज्यांच्यावर प्रेम करते त्यांना मला मदत करता आली, त्यांचे आयुष्य आणखी सुधारता आले, यामुळे मला फार आनंद झाला. माझ्या आयुष्यातले हे फारच अत्युच्च अनुभव होते.*

मी फारच सामान्य आर्थिक परिस्थितीत जन्माला आले. आमच्याकडे फारसे पैसे नव्हते, पण आम्ही एकमेकांसाठी होतो. मी अत्यंत नशीबवान होते की मी अत्यंत सुरक्षित वातावरणात वाढले. माझ्या कुटुंबाचे प्रेम मला मिळाले. माझ्या पालकांनी आयुष्यभर प्रचंड कष्ट केले, पण त्यांच्याकडे कधीच जास्त पैसे नव्हते. माझे वडील वारले, तेव्हा माझ्या आईच्या आयुष्यातून तिचे फक्त प्रेमच निघून गेले, असे नाही तर तिचा आर्थिक आधारही गेला. पैसे मिळविण्याचेही तिच्याकडे काही साधन नव्हते. '*द सिक्रेट*' ला यश मिळायच्या आधीच माझे वडील गेले. त्यामुळे हे स्वप्न साकार झाल्याचे त्यांना कधीच बघता आले नाही. पण माझ्या आईने बघितले. तिने आयुष्यभर सर्व जमाखर्चाची कशीबशी तोंडमिळवणी केली. पण '*द सिक्रेट*' नंतर सर्व गोष्टी बदलल्या.

मला आठवते एक दिवस माझ्या आईने सद्‌गदित होऊन मला फोन केला. ती दुकानात गेली व तिच्यासाठीच तिने काही कपडे खरेदी केले. तिच्या डोळ्यात पाणी आले. कारण आयुष्यात प्रथमच तिने किंमत न विचारता कपड्यांची खरेदी केली होती.

तुमच्या भल्यासाठी व वाढीसाठी सर्वस्व वेचणारे पालक मिळण्याएवढे भाग्यवान तुम्ही असाल, तर मला त्या दिवशी कसं वाटले असेल हे तुम्ही समजू शकता. माझ्या आईने मला जे आयुष्यभर दिले त्याच्या तोडीचे मी तिला अजूनही काही देऊ शकलेली नाही.

पीटर फोयो

काही लोक म्हणतात, 'तुम्ही अजूनही काम का करता?' मी म्हणतो, 'कारण त्यामुळे मला काहीतरी वेगळे मिळते आणि मी जोपर्यंत जिवंत आहे तोपर्यंत मला हे करायचे आहे.'

आनंद घेण्यासाठी काम करणे

तुमचं स्वप्न तुम्हाला गवसणे व त्यासाठी जगणे यापेक्षा चांगली भावना नाही. त्याचा अमाप आनंद घेण्यासाठी काम करणे, सोमवारी जागे होणे व उत्तेजित होणे, आपल्याला जे आवडते ते करणे आणि मोठ्या सुट्टीची कल्पना कंटाळवाणी वाटणे, हे खरे जगणे आहे.

पीटर बरवॉश

१९७० च्या शेवटी व ८० च्या सुरुवातीला मी हवाईत राहात होतो. पहाटे सहा वाजता मी लिफ्टमध्ये असे. ६.३० वाजता माझा प्रशिक्षणाचा तास असे. मी इकडे तिकडे बघे व विचार करी. 'या वेळी या लोकांना कामाला जायला लागते.' पण मला मात्र कधीच कामावर गेल्यासारखे/नोकरीवर गेल्यासारखे वाटत नाही.

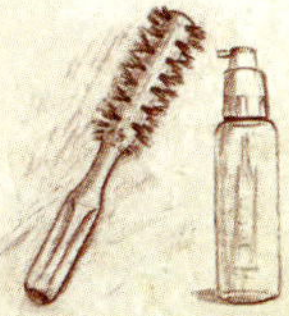

जॉन पॉल डेजोरिया

मी जे करतो त्यावर मी प्रेम करतो. मला कार्यालयात जावेसे वाटते. माझ्याबरोबर काम करणाऱ्या लोकांना भेटण्याची मला उत्कंठा असते. मी हे आयुष्य निवडले आहे आणि ते छान आहे.

पीट कॅरॉल

मला पैसे मिळोत/न मिळोत, मी जे करतो त्यावर मला प्रेम करायला आवडते. गंमत अशी आहे की आमचे सर्व खेळाडू हीच गोष्ट सांगतात. आम्ही व्यवसायात निपुण आहोत, हे करण्यासाठी आम्हाला चांगले पैसे मिळतात, पण तरीही आम्ही हे केलेच असते. तुम्ही जे करता त्याविषयी तसा विचार करायची तुम्हाला संधी मिळते ही फारच भाग्याची गोष्ट आहे.

मायकेल ॲक्टन स्मिथ

अनेक जण म्हणतात, 'मी जर पैसे मिळविले, जर मी धंद्यात यशस्वी झालो तर मी ३० व्या वर्षी निवृत्त होईन.' पण असे क्वचितच घडते, कारण ज्या लोकांमध्ये ऊर्जा असते आणि काहीतरी वेगळे घडवायची दृष्टी असते. जी माणसे स्वप्नं पाहतात, ती कधीच निवृत्त होण्याचा, पाय काढता घेण्याचा विचार करीत नाहीत.

'द *सिक्रेट*' चित्रपट विकण्यासाठी खूप पैशांची मागणी आली. आणि त्याच वेळी मी इतकी कर्जात बुडाले होते की चित्रपट जगासमोर आणण्याचा मला एकही मार्ग दिसत नव्हता. पण माझे स्वप्न विकण्याची कल्पना मला भावत नव्हती. जणू काही माझा सर्वात मोठा आनंदाचा साठा, माझ्या जगण्याचे साधन विकण्यासारखे ते होते आणि ते कितीही पैशांना विकायची माझी तयारी नव्हती.

मायकेल ॲक्टन स्मिथ

मला घसघशीत रकमेचा हा व्यवसाय विकण्यासाठीच्या संधी होत्या - कोट्यवधी डॉलर्सला - पण मला काही नौकेवर बसून कॉकटेल पीत मावळत्या सूर्याकडे बघत बसायचे नव्हते. मी जे करतो त्यावर माझं प्रेम आहे. गोष्टी घडवत राहायला, उभारायला, असामान्य लोकांबरोबर काम करायला मला आवडतं. हीच गोष्ट मला रोज सकाळी बिछान्यातून बाहेर काढते.

स्वप्न साकार झाल्यावर बक्षीस मिळाल्याचा अनुभव हा फारच सुंदर असतो आणि ज्या माणसाचे स्वप्न साकार होते त्या प्रत्येकाला हे बक्षीस पटकविण्याचा हक्क आहे. अनेक वेळा त्या यशाच्या मार्गावरूनच चालत राहणे हे बहुतेकांसाठी उत्साहवर्धक व उत्कंठावर्धक असू शकते कारण त्या स्वप्नाच्या पलीकडचेही शिखर तुम्हाला दिसते व आता तिथे पोचण्याची शक्ती व गुण तुमच्यात आहे, यावर विश्वास असतो. प्रवासाचा हा शेवट नसतो. 'नायका'चा प्रवास पूर्ण करण्यासाठी आणखी एक पाऊल टाकणे आवश्यक असते. ते शेवटचे पाऊल म्हणजे ज्यामुळे पूर्ण परिवर्तन घडून येते ते, माणसाचे 'नायका'त रुपांतर होण्याचे हे पाऊल.

A LIFE WORTH LIVING

जगावं असं जीवन

पीटर बरवॉश

आपल्या गरजा पूर्ण करण्यासाठी आपल्या शरीराच्या काही मर्यादा असतात. आपण एका वेळी काय खाऊ शकतो याला मर्यादा आहेत. पण इतरांची सेवा करण्याची क्षमता मात्र अमर्यादित आहे. इतरांसाठी जे काम करतात ते जगात सर्वात आनंदी असतात.

या 'नायका'च्या प्रवासात तुमच्याबाबतीत काहीतरी मोठे घडून जाते. तुमच्यात परिपूर्ण बदल घडून येतो. त्यामुळे या प्रवासात आणखी एक पाऊल टाकण्याची तुम्हाला इच्छा होते. हे शेवटचे पाऊल असते. हे पाऊल उचलले की तुम्ही खरे नायक बनता व नायकाचा हा प्रवास पूर्ण होतो.

तुमचे स्वप्न साकार करताना तुमच्यातील भावनांची आग कनवाळूपणात रूपांतरीत होते. जसे तुम्ही एके काळी होता तशा, ज्यांच्याकडे काहीच नाही अशा लोकांना मदत करण्यासाठी जणू तुम्ही घरी परत येता. तुम्हाला

त्यांच्या यातना माहीत असतात. त्यांची निराशा तुम्हाला कळते. त्याचा तुम्ही आधी अनुभव घेतलेला असतो. तुम्हाला जे जे करणे शक्य आहे, ते ते करण्याची जणू तुम्हाला आज्ञा झालेली असते. तुमच्याकडचे सर्वस्व त्यासाठी वापरण्याची, त्यांना मदत करण्याची, प्रेरित करण्याची – या प्रवासात तुम्हाला जे जे मिळाले ते सर्व इतरांना देण्याची ही आज्ञा असते.

मस्टिन किप

दोन अशा जागा आहेत की जिथे नायक अडकून पडतो. पहिली जागा म्हणजे धाडस करण्याचे आमंत्रण मिळते तेव्हा, प्रत्येक नायक या आमंत्रणाला नकार देण्याच्या अवस्थेत जातो. हे सर्वांना माहीत आहे. नायकाने बक्षीस मिळवल्यानंतर, तो अतिशय सुखात आणि सोडवणार नाही अशा आनंदात असताना नायक परत यायला नकार देतो, हे मात्र तितकंसं माहीत नसतं. पण जोपर्यंत ही संजीवनी तुम्ही तुमच्या लोकांसाठी परत आणून त्यांना वाटून टाकत नाही तोपर्यंत तो प्रवास संपत नाही. नायकाचा प्रवास हा जर त्याच्या स्वार्थासाठी असेल तर तो नायक होऊच शकत नाही. नायक तोच असतो, जो त्याचे जीवन स्वत:पेक्षा इतरांसाठी जगतो.

''जेव्हा स्वत:पुरता विचार करून आपण सर्वस्व सोडून देतो तेव्हा आपल्या जाणिवांमध्ये एक धीरोदात्त परिवर्तन होते.''

जोसेफ कॅम्पबेल
दंतकथातज्ज्ञ

तुम्ही मिळवलेले यश किंवा बक्षीस यापेक्षाही तुमच्या व्यक्तिगत गोष्टींपेक्षा मोठे स्वप्न जेव्हा तुमच्या मनाचा ताबा घेते, तेव्हा नायकाचा जन्म होतो.

'जादूमयी संजीवनी'चा अनुभव तुम्हाला इतरांना सांगावाच लागतो. ज्यामुळे तुम्ही इतरांच्या जीवनात बदल घडवून आणता.

पीटर बरवॉश

लॉरेन्स रॉकफेलर म्हणतो, तुम्ही जीवनात परिपक्व झाला असे तेव्हाच म्हणता येईल जेव्हा 'सेवक' ही जगातील सर्वात मोठी उपाधी आहे, हे तुम्हाला कळेल, हे ज्याच्या पचनी पडेल तोच मनुष्य यशस्वी जीवन जगला असे म्हणता येईल. अत्यंत विनम्रभाव ही सेवेची गुरुकिल्ली आहे. अशी वृत्ती हा तुमच्या शिरपेचातील जणू हिरा आहे. तुमच्या जीवनातील ही सर्वात शेवटची मिळकत आहे. हा सर्वात मोठा धडा आहे.

लिझ मरे

जेव्हा माझे जीवन कुणाचेतरी जीवन अधिक चांगले करण्यासाठी असते त्या वेळी मी अधिक जिवंत असते.

जी. एम्. राव

माझ्याकडे आज जे आहे ते सर्व मला समाजाने दिले आहे आणि मला वाटते ते मी परत करणे हीच कृतज्ञता आहे आणि ही सामाजिक जबाबदारी निभावणे हे मोठे मूल्य आहे.

जेव्हा तुम्ही 'नायका'चा प्रवास पूर्ण करता तेव्हा तुम्हाला कळतं, की ज्यांनी तुम्हाला मदत केली त्यांच्या पाठिंब्याशिवाय तुम्ही तुमचे स्वप्न कधीच साकार करू शकला नसता. जे अजूनही झगडत आहेत त्यांच्याविषयी करुणा असेल तर त्याची परतफेड करण्यापासून, त्यांच्या आयुष्यात बदल घडविण्यापासून तुम्ही स्वतःला रोखू शकत नाही. ही करुणेची भावना इतकी

मोठी आहे की तुम्ही कितीही केले, कितीही दिले तरी तुम्हाला आणखी द्यावेसे वाटेल.

पीटर बरवॉश

एखाद्या गोष्टीत बदल घडवून आणणे, त्यासाठी काहीतरी वाटा उचलणे हे माझ्यासाठी किती महत्त्वाचे आहे? हा माझ्या अस्तित्वाचा प्रश्न आहे. त्यासाठीच मी सकाळी झोपेतून जागा होतो. याच विचाराने मी रात्री उशीवर डोके ठेवू शकतो व त्यातून मला प्रचंड समाधान मिळते.

मायकेल ॲक्टन स्मिथ

तुमच्याकडे भरपूर पैसा असेल व तो जर नुसता बँकेत पडून असेल तर ही गोष्ट म्हणजे क्षमता जणू वाया घालविण्यासारखे आहे. तुम्ही इतर गोष्टी करण्यासाठी तो खर्च करायला हवा. दुसऱ्यांना मदत केल्याने बरे वाटते. त्यांची स्वप्ने साकार करण्याचे बघून, त्यांचे जीवन आनंदी झाल्याचे बघून समाधान मिळते.

पीटर फोयो

ज्या वेळी मी ऑफिसमध्ये बसतो, माझ्या टीममधील लोकांची मुले सभागृहात इकडे तिकडे पळताना बघतो, त्याक्षणी मला फार आनंद होतो. मूल आनंदी बघणे किंवा निरोगी, शाळेत जाताना बघणे तुम्ही स्वत: ज्याची काळजी घेता असं कुणीतरी आहे हे सांगणे; केवळ एके दिवशी तुम्हाला जी कल्पना सुचली त्यामुळे हे शक्य झाले आहे.

पॉल ऑरफेलिया

माझ्या मुलांना आलिशान बंगल्यात राहता यावे, म्हणून मी गाढवासारखे काम करीत नाही. त्यांना नक्कीच पुरेसे मिळेल. माझा सर्व पैसा सामाजिक कामांसाठी मी मरण्यापूर्वी देणार आहे.

जी. एम्. राव

मी विश्वाचा कृतज्ञ आहे. कारण समाजाची सेवा करण्याची त्याने मला संधी दिली. माझ्या वाट्याचे सर्व समभाग मी आमच्या संस्थेला दिले आहेत.

'नायका'च्या प्रवासातील हा शेवटचा टप्पा म्हणजे एखाद्या संस्थेला फक्त धनादेश देणे नाही. ज्या कामासाठी तुमच्या मनात मौलिक जागा आहे, त्या कामासाठी तुम्ही तुमचा वेळ, ऊर्जा व भावना देणे, त्यासाठी एक मार्ग काढणे हा तो शेवटचा टप्पा आहे. तुम्ही ज्या गरजू स्थितीत होता त्या विशिष्ट लोकांना शोधणे किंवा आज तुम्ही जे मिळविले ते मिळविण्यासाठी ज्याच्याकडे काहीच नाही त्यांचा शोध घेणे या विषयीचा हा टप्पा आहे. तुमची सर्व गुणवत्ता तुम्हाला जशी शक्य आहे तशी वापरून त्यांची जीवने सुधारण्यासाठी निघा, त्यांना संधी मिळवून द्या, जेणेकरून ते त्यांचे स्वप्न साकार करू शकतील.

ॲनास्टाशिया सोर

ओप्राने जेव्हा दक्षिण आफ्रिकेत मुलींची शाळा सुरू केली तेव्हा मी तिथे गेले. मी तिला इतके कधीही आनंदी, समाधानी बघितले नव्हते. तिची ऊर्जा अविश्वसनीय होती, कारण ती त्या मुलींच्या जीवनात बदल घडवून आणत होती. परत देण्याचा अनुभव तुमच्या आयुष्यातील पूर्णत्वाचा अनुभव असतो. परत देणे हे सर्वात चांगले असते.

यशस्वी लोकांना माहिती असतं की, लोकांना मदत करणे म्हणजे त्यांना पैसे देणे हे अंतिम उत्तर नाही आणि ज्यांनी आपला प्रवास पूर्ण केला आहे ते पैसे देताना हे अगदी नीटपणे पाहतात की त्या लोकांचे जीवन बदलण्यासाठीची साधने व संधी त्यांना या महतीमुळे मिळेल.

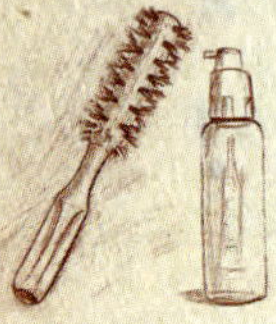

जॉन पॉल डेजोरिया

आता माझे सर्वात मोठे स्वप्न हे आहे की आता पूर्ण देश घ्यायचा व त्याची भरभराट, त्याचा पर्यावरणपूरक विकास साधायचा.

लोकांना ते पैसे देतात ते त्यांच्या मूलभूत गरजा – जसे, शुद्ध पाणी – पूर्ण व्हाव्यात म्हणून किंवा ते त्या पैशाचा विनियोग लोकांना त्यांचे जीवन परिपूर्ण व्हावे म्हणून लागणारी साधने व संधी मिळाव्या म्हणून करतात. जुन्या काळच्या म्हणीप्रमाणे ही कल्पना म्हणजे फक्त माझे द्यायचे नाहीत. तर लोकांना मासेमारीसाठीची साधने व कौशल्येही द्यायची. हे तत्त्व म्हणजे पैसे, तुमचा वेळ किंवा तुम्ही देऊ शकता अशी कोणतीही गोष्ट कुठे व कशी द्यायची याचे मार्गदर्शक तत्त्व आहे.

पीट कॅरॉल

जगभर लाखो लोकांना गरज असते व माझी इच्छा या सर्वांना मदत करायची आहे. पण 'ए बेटर एल. ए.' हे आपण ज्याच्यासाठी जोडले गेलेले आहोत, त्या लॉस एंजेलिसमध्येच असते. आम्ही जेथे काम केले त्याच्या भोवतीच हे सर्व होते. आम्ही प्रत्येकाशी बोललो, त्यांच्यात आशा जागविण्याचा प्रयत्न केला आणि आम्हाला कळून चुकले की त्यांचीच दृष्टी तयार झाली की ते ज्या जगात राहतात त्याला नियंत्रण करण्याचे. त्यावर सत्ता गाजविण्याचे काम तेच करू शकतात. सुदैवाने आम्ही काही कुटुंबे व त्यांची मुले यांना वाचविण्यात यशस्वी

झालो. त्यांच्याशी मी जोडला गेल्याने मी स्वत:ला फार भाग्यवान समजतो. त्यांना आणखी देता यावे, त्यांच्यासाठी आणखी काही करायची माझी इच्छा आहे.

प्रेरणा, प्रोत्साहन व आशा या गोष्टीसुद्धा तुम्ही लोकांना रोज देऊ शकता आणि पैसे देण्यापेक्षा अनेक वेळा हे दिल्याने त्यांना जास्त चांगली मदत होते.

मायकेल ॲक्टन स्मिथ

या क्षणी मला एकच गोष्ट करावीशी वाटते, ती म्हणजे शाळकरी मुलांना प्रेरित करण्याची. त्यांना कदाचित उद्योजकता म्हणजे काय हे माहीतही नसेल, पण त्यांच्याशी बोलल्याने, त्यांना प्रेरणा दिल्याने, त्यांच्यातील काही जण तरी स्वत:चा व्यवसाय निर्माण करतात व स्वत:च्या आयुष्यात बक्षीस मिळवितात. आयुष्य आनंदी करतात.

'*द सिक्रेट*' कंपनीने पहिला डॉलर मिळविल्याच्या क्षणापासून, फायदा मिळविण्याच्या कितीतरी खूप आधी, कंपनीने कितीतरी पैसे जगभरातील अनेक सेवाभावी संस्थांना दिले. या संस्था अशा होत्या ज्या माणसाचे आयुष्य परिपूर्ण व्हावे, माणसे सक्षम व्हावीत म्हणून काम करायच्या.

पीटर बरवॉश

आम्ही व्हीलचेअर टेनिस कार्यक्रम सुरू केला. आज तो जगभर खेळला जातो. व्हीलचेअर टेनिस खेळाडूंना जवळजवळ अडतीस वर्षे आम्ही मोफत प्रशिक्षण दिले. या खेळातून त्या लोकांच्या आयुष्यात खूप उत्साह व आनंद आणला.

तुमच्या नायकाच्या प्रवासात तुम्ही कुठे असाल याच्याशी काहीही देणेघेणे नाही. अगदी जरी तुम्ही त्याची सुरुवातही केली नसेल तरीही 'आता तुम्ही देऊ शकता. जेव्हा कोणाला तुमच्या मदतीची गरज असेल तर तिच्या/त्याच्यासाठी काहीही करा. केव्हा मदत करायची/नाही करायची याच्यासाठी काही मार्गदर्शक तत्त्वे आहेत. जर माणूस स्वत: एखादी गोष्ट सहजपणे करू शकत असेल, तर त्याला मदत करू नका. अशांना मदत करणे म्हणजे मदत नाही तर त्यांची शक्ती कमी करण्यासारखे आहे. एखाद्याला मदत करणे/त्याला शक्तीहीन करणे याच्यातील सीमारेषा अगदी धूसर आहे. म्हणून ते ज्या गोष्टी सहजपणे करू शकणार नाहीत त्याच गोष्टीत मदत करा. त्यांना प्रेरणा द्या, उत्साहित करा, त्यांच्यातील विश्वास जागृत करा, त्यांना संधी द्या. ज्याने त्यांना आजच्या स्थितीतून बाहेर पडता येईल. ज्या वेळी तुम्ही हे कराल, त्यांची शक्ती जागृत करा. त्याला अशा पद्धतीने कामासाठी ऊर्जा देणे यापेक्षा दुसरी कुठलीच चांगली गोष्ट नाही.

मस्टिन किप

देण्यासाठीच्या संधी अमर्यादित आहेत. तुम्ही सुट्टीवर असा, तरीही देण्याची संधी अमर्यादित आहे. जेव्हा तुमचा हात देण्यासाठी पुढे येतो तेव्हा तुमच्यातून 'विपुलता' जणू प्रवाहित होते.

लिझ मरे

काही वेळा लोकांना असे वाटेल की पुस्तक लिहावे किंवा हजारोंच्या समुदायासमोर बोलावे. अगदी छोट्या पद्धतीने एखाद्याची सेवा केली तरी त्या मागे फार मोठा अर्थ दडला आहे.

पीटर फोयो

लोकांना तुम्ही तुमचा वेळ देऊ शकता किंवा तुमची संसाधने देऊ शकता. इतरांना मदत केल्यामुळे आपण आपलीच आयुष्ये आणखी उज्ज्वल करीत असतो.

''तुम्ही जे काही करता, त्यायोगे अगदी एका माणसाला जरी मदत झाली, तरी तुम्ही फारच उत्तम गोष्ट केली आहे.''

ब्लेक मायकोस्की
TOMS शूजचा संस्थापक

जॉन पॉल डेजोरिया

आम्ही सहा वर्षांचे होतो, तेव्हा माझ्या आईने मला व माझ्या भावाला ख्रिसमसच्या वेळी लॉस एंजेलिसमधील बकाल वस्तीत नेले. आम्ही तिथे होतो तेव्हा तिने आम्हाला १० सेंटस् दिले व जाऊन, एक माणूस घंटा वाजवित होता, त्याच्या भांड्यात टाकायला सांगितले. आम्ही तसे केले व आमच्या आईला विचारले, 'आपण त्या माणसाला ते नाणे का दिले?' त्या काळी आमच्याकडे फार कमी पैसे होते आणि दहा सेंटच्या एका नाण्यात तुम्हाला दोन आइस्क्रीम फ्लोट्स किंवा तीन कँडी बार विकत घेता येत असत. आमची आई म्हणाली, 'ती साल्वेशन आर्मी आहे. ते बेघर लोकांची काळजी घेतात. मुलांनो, हे जन्मभर लक्षात ठेवा, आपल्याकडे कितीही पैसे असोत, आपल्यापेक्षा नक्कीच कोणाकडे तरी कमी पैसे असतात. कायम छोटीशी तरी गोष्ट करायचा प्रयत्न करा.' त्यामुळे आपल्याकडे जे असेल ते परत करायचे हे तत्त्व माझ्या मनात बिंबले. मला वाटतं मी यशस्वी होण्यात

त्याचा महत्त्वाचा भाग होता. जे यश वाटले जात नाही, ते अपयश असते.

जेव्हा तुम्ही तुम्हाला शक्य असेल त्या पद्धतीने परतफेड करता. ती कितीही छोटी मोठी असो, तुम्ही दुसऱ्या कोणालातरी मदत केली, या भावनेचा आनंद तुम्हाला कधीच सोडून जात नाही. खरं तर हा आनंद इतका मोठा असतो, की तुम्हाला आश्चर्य वाटत राहतं, की तुमच्या नायकाच्या प्रवासातील ही शेवटची पायरी गाठणे हेच तुमच्या स्वप्नांचा मागोवा घेण्यामागे कारण होते का, की तुमच्या स्वप्नापेक्षा काहीतरी मोठेच तुम्हाला मिळाले आहे.

लिझ मरे

जेव्हा लोकांना तुम्ही त्यांच्या स्वप्नाविषयी विचारता, तेव्हा कायम एकच मूळ उत्तर मिळते. 'मला लोकांचे जीवन सुकर करायचे आहे.' आपल्या आत ही इच्छा असते. मला वाटते की आपण ती घेऊनच जन्माला आलो व आपण इथे जन्माला आल्याची अटळ दैवी योजना आपण त्याने पूर्णत्वाला नेतो.

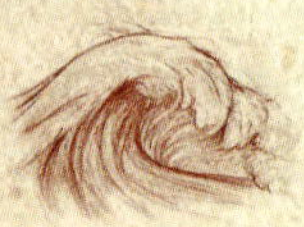

लेर्ड हॅमिल्टन

मी जास्तीत जास्त काय करू शकतो, की जे केल्याने काहीतरी महत्त्वाचा बदल होणार आहे, हे मला समजावं अशी माझी इच्छा असते. आणि मी त्या दिशेने जेव्हा जातो तेव्हा शेवटी बदल घडवणे हेच माझे उद्दिष्ट होते, इतर गोष्टींपेक्षा अधिक महत्त्वाचे.

THE HERO IN YOU

तुमच्या अंतरंगातील 'नायक'

'नायका'च्या प्रवासातील शेवटचा टप्पा गाठल्यावर तुम्ही एक पूर्ण, पवित्र माणूस बनता – खरा नायक. या पृथ्वीवरचा प्रवास सुरू केल्यावर तुमच्या आत्म्याला व मनाला ज्या मर्यादा पडलेल्या असतात त्यांच्यात आता परिवर्तन घडून आलेलं असतं. जे आयुष्या पूर्वी निरुद्देश होतं, त्याच आयुष्यात आता गोष्टी किती अचूकपणे घडतात, समजायला किती सोप्या असतात. हे तुमच्या लक्षात येते. दुसऱ्या माणसाविषयीच्या करुणेमुळे, तुमचं मन जे सर्वांसाठी आहे त्या विश्वाशी जोडले जाते. जसजशी ही दयाबुद्धी सखोल होत जाते तसतसे दुःख, भीती, गोंधळ दूर व्हायला सुरुवात होते. त्यांची जागा बुद्धी घेते व सर्व पुस्तके, पदव्या यांच्या पलीकडचे ज्ञान येते. तुम्हाला लक्षात येते, तुम्ही व या पृथ्वीवरील प्रत्येक जण एकाच कुटुंबाचा भाग आहात व तुम्ही एका प्रगाढ शांततेने व जीवनाविषयीच्या आनंदाने भरून जाता. ही तुमची गोष्ट आहे. तुमचे हे भागधेय आहे.

मला तुमच्यात दडलेली तुमची क्षमता माहीत आहे. तुमच्यामधील नायकाचे सद्गुण व शक्ती मला माहीत आहे. ही तुमची कथा आहे व फक्त तुम्हीच ती जगू शकता. हा तुमच्या नायकाचा प्रवास आहे.

पण फक्त तो तुम्हीच करू शकता. आता तुमच्याकडे नकाशा आहे, होकायंत्र आहे. तुमच्या प्रवासातील प्रत्येक पावलावर आम्ही सर्व तुमच्या बरोबर आहोत.

पीटर फोयो

तुमचे अस्तित्व अधिक आनंदी, अधिक परिपूर्ण होऊ शकेल. तुमच्यात दडलेले हे अस्तित्व बाहेर पडू पाहते आहे – तुम्ही आत्ता कोठे आहात, कुठल्या स्थितीत आहात याच्याशी त्याचा काही संबंध नाही.

लेन बीचले

माझा तुमच्यावर विश्वास आहे. पण तुमचाच तुमच्यावर विश्वास नसेल तर त्याला काहीच किंमत नाही. स्वत:वर विश्वास ठेवा आणि तुम्हाला आयुष्यात जे हवे आहे, ते सर्व तुम्ही मिळवू शकाल.

पीट कॅरॉल

प्रत्येक माणसात शक्ती आहे. बऱ्याच वेळा आपण – ज्यांना मते आहेत अशा आपल्या भोवतीच्या माणसांच्या हाती सत्ता सोपवून टाकतो किंवा आपण कुठून आलो, आपली पार्श्वभूमी काय याकडे बघतो व आपल्याला हवे ते घडवण्याची ताकद आपल्यामध्ये आहे हे आपण स्वीकारत नाही. कुणालाही मला हाच एक महत्त्वाचा संदेश द्यायचा आहे.

जी. एम्. राव

तुमच्या स्वप्नांवर विश्वास ठेवा, ती वाया जाऊ देऊ नका. चिकाटी ठेवा, विश्वास ठेवा. ती पूर्ण होतील. प्रत्येक प्रवास

स्वप्नांनी सुरू होतो. तुमचा पूर्ण विश्वास व तुमच्या स्वप्नांवरची श्रद्धाच तुमच्यासाठी मार्ग निर्माण करेल.

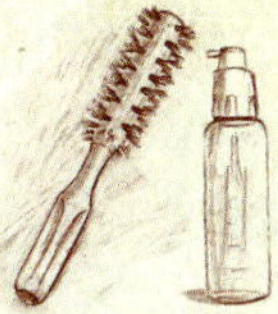

जॉन पॉल डेजोरिया

यशस्वी व अयशस्वी लोकांमध्ये महत्त्वाचा फरक हा असतो की यशस्वी लोक कशाचीही अपेक्षा करीत नाहीत. जा, पुढे जा व स्वत: करा. जरी तुम्हाला यश मिळाले नाही तरी ती गोष्ट पूर्ण होईपर्यंत प्रयत्न करीत राहा. प्रत्येकात ती शक्ती आहे - तुमच्यात ती शक्ती आहे.

लिझ मरे

शेवटी आपण या आयुष्यात काय केले ही गोष्ट व्यक्तिसापेक्ष आहे. ही आपणच आपल्याला सांगितलेली कथा आहे. त्यात आपण स्वत: कसे आहोत व इथे का आहोत हे ठरविले जाते व आपल्या अनुभवाची विशेषता त्यावर ठरते. आनंदाची बाब अशी की या गोष्टीत वाटेल तेव्हा बदल करता येतो आणि तुम्हीच तिचे एकमेव लेखक असता.

पीटर फोयो

मी काय केले, किती मोठ्यांदा ओरडलो म्हणजे लोकांना तुम्ही नायक आहात हे कळेल? प्रत्येक माणूस नायक आहे. तुम्ही स्वत:च्या जगाचे नायक बनू शकता.

तुम्ही टाकलेल्या प्रत्येक पावलावर, आयुष्यात मिळवायच्या प्रत्येक गोष्टीबरोबर जे प्रत्येक स्वप्न तुम्हाला पूर्ण करायचे असते त्या प्रत्येक स्वप्नावर तुम्ही अद्वितीय आनंद शोधत असता. तुमच्या या अद्वितीय आनंदाचा शोध कायमच राहील. प्रवासात लागणाऱ्या प्रत्येक चढ-उतारावरून, या प्रवासाच्या शेवटच्या टप्प्यापर्यंत! तुमच्या लक्षात

येईल, ज्या अद्वितीय आनंदाच्या शोधात तुम्ही होता तो म्हणजे तुम्ही कोण आहात याचा शोध.

या पृथ्वीवरच्या प्रत्येक नायकाच्या प्रवासाचा हा शेवट आहे. फक्त तुम्ही ह्या सर्वश्रेष्ठ शोधाच्या प्रवासाला जाऊ शकता. तुम्ही कोण आहात या सत्याचा शोध फक्त तुम्हीच घेऊ शकता. तुमच्यातील नायकाचा शोध तुम्ही स्वत:च घेऊ शकता. जोपर्यंत तुमच्या आयुष्यातील प्रत्येक दिवशी, युगानुयुगे तुमच्यातील नायक तुम्हाला बोलवत राहील.

THE MIND OF A HERO
VISION
THE REW
BELIEF
THE HEART OF A HERO
NAYSAYERS AND
FOLLOW YOUR BLISS
A LIFE WORTH LIVING

THE HERO IN YOU
THE ROAD OF TRIALS & MIRACLES
THE LABYRINTH
COMMITMENT
THE SUPREME ORDEAL
FINDING YOUR DREAM
THE CALL
THE WAY OF THE HERO
REFUSAL OF THE CALL

'नायक'मधील व्यक्तिरेखा

या पुस्तकामधून मिळालेले पैसे *'द हीरो'* चे योगदान म्हणून खालील व्यक्तींच्या फाऊंडेशन्स् व धर्मादाय संस्थांना देण्याने द सिक्रेट कंपनीला स्वत:चा गौरव झाल्यासारखा वाटतो.

मायकेल अॅक्टन स्मिथ

www.mindcandy.com

मायकेल अॅक्टन स्मिथ हा माइंड कँडीचा मुख्य व्यवस्थापक व संकल्पना संचालक आहे. 'माइंड कँडी' ही मुलांच्या करमणुकीसाठी स्थापन झालेली कंपनी आहे. त्यातील 'मोशी मॉन्स्टर्स' या ऑनलाइन गेम व व्हर्चुअल वर्ल्ड आहे. त्याबरोबर खेळणी, व्यापारी कार्ड, मासिके, पुस्तकं व चित्रपटही ते बनवतात. डिजिटल पिढीसाठी करमणुकीची सर्वात मोठी कंपनी उभारण्याची दृष्टी ठेवून तो आजही माइंड कँडीचे नेतृत्व करत आहे.

द मोशी फाऊंडेशन

www.themoshifoundation.com

मायकेलने जगभरच्या मुलांना व तरुणांना मदतनिधी देण्यासाठी **द मोशी फाऊंडेशन**ची स्थापना केली. त्यामार्फत शिक्षणासाठी, आरोग्य व कल्याण, आर्थिक विवंचना दूर करण्यासाठी तसेच अपंगांना विशिष्ट कारणांसाठी उपचार व शिक्षणासाठी मोठ्या प्रमाणावर निधी दिला गेला.

लेन बीचले

www.laynebeachley.com

स्त्रियांमध्ये सर्वोत्कृष्ट सर्फर म्हणून लेन बीचलेने ऐतिहासिक उच्चांक निर्माण केले. तिने ७ वेळा विश्वविजेतेपद मिळविले आहे. सध्या ती इंटरनॅशनल सर्फिंग असोसिएशनची उपाध्यक्ष आहे. सर्फिंग ऑस्ट्रेलिया व स्पोर्ट ऑस्ट्रेलिया हॉल ऑफ फेमच्या बोर्डावर ती आहे. लेन आजही सर्फिंग करते. कधी कधी नैपुण्यासाठीच्या स्पर्धांत भाग घेते. ती प्रेरणादायक वक्ता आहे.

लेन बीचले, एम फॉर द स्टार्स फाऊंडेशन

www.aimforthestars.com.au

स्त्रियांना व मुलींना त्यांचे स्वप्न साकार करण्यासाठी प्रोत्साहन देण्यासाठी व आर्थिक मदत करण्यासाठी **लेन बीचले, एम फॉर द स्टार्स फाऊंडेशन**ची लेन बीचलेने निर्मिती केली. ऑस्ट्रेलियातील खेळ, शिक्षण, सामाजिक व सांस्कृतिक कार्यात भाग घेणाऱ्या स्त्रियांना ही मदत दिली जाते. तरुण मुलींना त्यांचे स्वप्न साकार करून मोठे होता यावे हे लेनचे या मदतीमागचे उद्दिष्ट आहे.

पीटर बरवॉश

www.peterburwash.com

पीटर बरवॉश हा माजी व्यावसायिक टेनिस खेळाडू व आजपर्यंतचा सर्वोत्कृष्ट टेनिसचा प्रशिक्षक आहे. टेनिसमधील जगातील सर्वोत्कृष्ट व्यवस्थापन कंपनी पीटरने सुरू केली. पीटर बरवॉश इंटरनॅशनल या कंपनीतर्फे उच्चतम टेनिस कोचिंग तसेच वैयक्तिक मार्गदर्शन दिले जाते. पीटर सर्वोत्कृष्ट खपाच्या पुस्तकांचा लेखक व प्रेरक वक्ता आहे.

केअर फॉर वृंदावन

www.fflvrindavan.org

त्याच्या जगभरातील प्रवासाचा परिणाम म्हणून पीटर **केअर फॉर वृंदावन** या संस्थेला मदत करण्यासाठी पुढे झाला. ही अमेरिकास्थित धर्मादाय संस्था भारतातील वृंदावन या भागाचा विकास करण्यासाठी काम करते, तेथील समाजाच्या मूलभूत गरजा पूर्ण व्हाव्या, भविष्यात ते लोक स्वावलंबी व्हावे म्हणून मदत करते. विशेषत: त्या भागातील दुर्लक्षित मुलींना आर्थिक मदत करून त्यांचा पूर्ण विकास व्हावा यासाठी ही मदत केली जाते.

पीट कॅरॉल

www.petecarroll.com

पीट कॅरॉल हा अमेरिकन फूटबॉलचा प्रशिक्षक आहे. त्याने दोन राष्ट्रीय स्पर्धा जिंकल्या तसेच अनेक सभा व विभागीय पदकांसाठीच्या स्पर्धात भाग घेतला. पीट हा सध्या मुख्य प्रशिक्षक व सिअॅटल सीहॉक्सचा व्यवस्थापक, उपाध्यक्ष आहे. नुकतेच त्याला 'एनएफसी' कोच ऑफ द इअर म्हणून गौरविले गेले.

अ बेटर एल ए अॅन्ड बेटर सिअॅटल

www.abetterla.org

www.abetterseattle.com

पीट हा धर्मादाय कार्यासाठी, विशेषत: लॉस एंजेलिस व सिअॅटल येथील तरुणांमध्ये हिंसा व टोळीयुद्धे कमी करण्यासाठी प्रसिद्ध आहे. त्यासाठी त्याने **अ बेटर एलए** व **अ बेटर सिअॅटल** यांची स्थापना केली. व्यक्तीला सक्षम करून सुरक्षित व सक्षम समाज निर्माण करण्याचे त्याने काम केले. या संस्था त्या त्या विभागातील कुटुंबे व तरुण यांना त्यांच्या विकासासाठी संसाधने, पैसे देते.

जॉन पॉल डेजोरिया

www.paulmitchell.com

जॉन पॉल डेजोरिया हा व्यावसायिक आहे. त्याने जॉन पॉल मिचेल सिस्टीम्स् ही कंपनी भागीदारीत सुरू केली. ही कंपनी केसांसाठीची उत्पादने तयार करते, सौंदर्य शाळा चालविते. जॉन पॉल हा कंपनीचा प्रमुख व्यवस्थापक आहे. त्यांची वार्षिक उलाढाल १ दशलक्ष डॉलर्सपेक्षा जास्त आहे. १९८९ मध्ये त्याने पॅट्रन स्पिरीट कंपनी सुरू केली. आता त्याचे बहुतेक शेअर्स त्याच्या नावावर आहेत. जॉन पॉल पर्यावरणविषयी सुद्धा अधिक संवेदनशील आहे. आंतरराष्ट्रीय राजकारण, समाजसेवा यातही त्याचा कल आहे.

जेपीज् पीस लव्ह अॅन्ड हॅपीनेस फाऊंडेशन

www.peacelovehappinessfoundation.org

लहानपणी अनाथाश्रमात आयुष्य घालविल्याने व तरुणपणी बेघरपणाच्या झळा सोसल्यामुळे जॉन पॉलने त्याचे बरेच पैसे **जेपीज् पीस लव्ह अॅन्ड हॅपीनेस फाऊंडेशन**ला दिले. ही संस्था पर्यावरणाचा शाश्वत विकास, सामाजिक जबाबदारी व प्राण्यांची सुरक्षा यासाठी मदत करते. तसेच लोकांना बाग व शेतीच्या कार्यक्रमातून स्वावलंबी करण्यासाठी, स्वत:चे उद्योग सुरू करण्यासाठी संस्था मदत करते.

पीटर फोयो

www.nextel.com.mx

पीटर फोयो हा व्यवस्थापक व आंतरराष्ट्रीय दूरसंचार तज्ज्ञ आहे. लॅटिन अमेरिकेतील सर्वोत्तम व कल्पक सीइओ म्हणून तो प्रसिद्ध आहे. अनेक कंपन्यांच्या संचालक मंडळावर तो आहे. नेक्सटेल कम्युनिकेशन्स्, मेक्सिको या कंपनीचा अध्यक्ष म्हणून १७००० कर्मचाऱ्यांचा तो प्रमुख आहे.

नेक्सटेल फाऊंडेशन

www.nextel.com.mx/nextelfundacion.html

कंपनीचा सीइओ म्हणून कॉर्पोरेट जगताची जबाबदारी व सेवा यासाठी त्याने स्तुत्य अशी संस्कृती निर्माण केली. **नेक्सटेल फाऊंडेशन**ने समाजातील अशक्त गटांना शिक्षणातून सक्षम करण्याचे काम केले. या फाऊंडेशनमार्फत शिष्यवृत्ती आणि कार्यक्रम यातून तरुण, अपंग तरुणांना मदत केली जाते. तसेच संशोधन व उच्च शिक्षणासाठीची मदत केली जाते.

लेर्ड हॅमिल्टन

www.lairdhamilton.com

लेर्ड हॅमिल्टन हा जगप्रसिद्ध, मोठ्या लाटांवरचा सर्फर, नाविन्याच्या शोधात असणारा टो-इन सर्फिंगचा, उभे राहून पॅडल बोर्डिंग व हायड्रोफॉइल सर्फिंगचा उद्गाता आहे. मोठ्या लाटांवर स्वार होणे, क्रॉसओव्हर, सर्फ स्पोर्टस्‌चे नवे क्रीडाप्रकार शोधून काढणे व त्याच्या अतिशय प्रिय असणाऱ्या गोष्टीमध्ये जागृती वाढविणे यासाठी वेळ व्यतीत करतो.

रेनकॅचर

www.raincatcher.org/laird

लेर्ड व त्याची बायको, ग्रॅब्रिएल रीस यांची नुकतीच रेन कॅचरच्या संचालकपदी निवड झाली. जगभरच्या पाण्याच्या संकटावर मात करण्यासाठी ही संस्था काम करते. **रेनकॅचर**ने आत्तापर्यंत जगभर ७००,००० लोकांना जलसंधारणाच्या योजनांसाठी मदत केली. २०१५ पर्यंत आणि १० लाख लोकांना स्वच्छ पाणी पुरविण्याची त्यांची योजना आहे.

मस्टिन किप

www.thedailylove.com

मस्टिन किप हा उद्योजक, लेखक, ब्लॉगर आहे. तो सोशल मीडियाचा वापर इतरांना प्रेरित करण्यासाठी करतो. मस्टिनने द *डेली लव्ह* ही वेबसाइट, डेली इ-मेल व ट्विटर अकाऊंट सुरू केले. ज्यातून तो ६००,००० लोकांपर्यंत रोज पोचतो. द *हफिंग्टन पोस्ट* मार्फत ती चालविली जाते. *ओप्रा'ज् लाइफक्लास* मध्येही मस्टिन दिसतो व ओप्राने त्याचे *सुपर सोल संडे* मध्ये पुढच्या पिढीचा अध्यात्मिक विचारवंत म्हणून त्याचे व्यक्तिचित्रण केले आहे.

अँथनी रॉबिन्स फाउंडेशन

www.anthonyrobbinsfoundation.org

मस्टिन त्याच्यामध्ये झालेल्या परिवर्तनाला कारण लाइफ कोच अँथनी रॉबिन्स आहे असे सांगतो व कृतज्ञता म्हणून तो **अँथनी रॉबिन्स फाउंडेशन**ला मदत करतो. जे समाजाच्या विस्मरणात गेले आहेत अशा तरुण, वृद्ध, बेघर व तुरुंगातील कैदी यांसारख्या घटकांना ही धर्मादाय संस्था मदत करते व त्यांच्या सक्षमीकरणाचे कार्यक्रम राबवते.

लिझ मरे

www.homelesstoharvard.com

लिझ मरे ही सर्वोत्तम खपाच्या पुस्तकाची लेखिका आहे व जगभरात प्रेरक व्याख्यानांसाठी सुप्रसिद्ध वक्ती आहे. बेघर ते हार्वर्ड विद्यापीठातील शिक्षक या तिच्या अद्वितीय प्रवासाबद्दल प्रसिद्ध आहे. मिखाइल गोर्बाचेव्ह, दलाई लामा, टोनी ब्लेअर यांच्या सारख्यांबरोबर ती एकाच व्यासपीठावर बोललेली आहे. तसेच व्हाइट हाऊस व ओप्रा विनफ्रे यांच्यातर्फे तिच्या तरुणांना उत्तेजन देण्याच्या कामांविषयी तिचा गोरव करण्यात आला.

मोमेंटम टीन्स फॉर लीडरशिप

www.momentumteens.org

तरुण वयातील मुलांचा आदर्श असणाऱ्या लिझ मरेला **मोमेंटम टीन्स फॉर लीडरशिप** या संस्थेला मदत करण्याचा अभिमान वाटतो. ही संस्था धर्मादाय असून तिचे उद्दिष्ट युवकांमध्ये नेतृत्वकौशल्ये जोपासणे, त्यासाठी त्यांना प्रोत्साहन देणे, सक्षम करणे हे आहे. मोमेंटम टीन्सतर्फे त्यासाठी कार्यशाळांची योजना केली जाते. त्यातून तरुण मुलांना जबाबदार व त्यांच्या समाजात आत्मविश्वासाने कामगिरी बजावण्यासाठीची साधने व अनुभव शिक्षण दिले जाते.

पॉल ऑरफेलिया

www.paulorfalea.com

पॉल ऑरफेलिया हा किंकोजचा संस्थापक आहे. ही जगभरची कार्यालयांना लागणाऱ्या सेवा पुरविणारी साखळी आहे. त्या संस्थेतून आता आपला निधी काढून घेतल्यावर तो त्याचे ज्ञान व अनुभव विद्यापीठातील प्राध्यापक या नात्याने इतरांना देतो. तसेच अनेक सेवाभावी संस्थांना मदत करतो.

ऑरफेलिया फाऊंडेशन

www.orfaleafoundation.org

पॉलच्या नेतृत्वाखाली **ऑरफेलिया फाऊंडेशन**मार्फत इतरांना त्यांची शक्ती अजमावण्यासाठी सक्षम केले जाते. त्यासाठी बालवयातील शिक्षणासाठी कल्पक कार्यक्रम, अन्य माध्यमिक विद्यार्थ्यांना प्रेरणा देणारे कार्यक्रम व विद्यापीठातील काही निवडक कार्यक्रमांसाठी ठोस निधी दिला जातो. एकट्या पालकांची जिद्द वाढविण्यासाठी त्यांना मदत व शालेय मुलांना पोषक आहार देण्यासाठी पॉलने स्वत:ला समर्पित केले आहे.

जी. एम्. राव

www.gmrgroup.in

जी. एम्. राव हे जीएम्आर ग्रुपचे संस्थापक व संचालक. ऊर्जा व इन्फ्रास्ट्रक्चरसाठी जगभरात काम करणारी भारतातील बंगळुरूमधील जीएम्आर ही कंपनी. दूरदृष्टी असलेला व उद्योगातील हा नेता. काही वर्षांपूर्वी राव यांनी शहर विकास व राष्ट्रीय साधनसंपत्तीची उदा. पॉवर प्लँट, महामार्ग, विमानतळे यांची उभारणी करण्याच्या दिशेने वाटचाल सुरू केली.

जीएम्आर वरलक्ष्मी फाऊंडेशन

www.gmrgroup.in/foundation.html

राव हे कॉर्पोरेट कंपन्यांच्या सामाजिक जबाबदारीचे खरे पुरस्कर्ते आहेत. त्यांनी खेड्यातील लोकांची गरिबी दूर करण्यासाठी, त्यांच्या मूलभूत गरजा पूर्ण करण्यासाठी **जीएम्आर वरलक्ष्मी फाऊंडेशन** सुरू केले. या फाऊंडेशनमार्फत प्रत्येकाला गुणवत्तापूर्ण शिक्षण मिळावे म्हणून प्रयत्न केला जातो. आरोग्यासाठी रुग्णालये, दवाखाने व ॲम्ब्युलन्स यांची सोय केली जाते. प्रशिक्षण संस्था व उद्योजकता कार्यक्रमातून स्वावलंबनासाठीच्या संधी निर्माण केल्या जातात.

ॲनास्टाशिया सोर

www.anastasia.net

ॲनास्टाशिया सोर ही भुवया कोरण्यात निष्णात व सौंदर्यप्रसाधनांच्या उद्योगातील मोठे नाव म्हणून ओळखली जाते. भुवया कोरण्याच्या तिच्या वैशिष्ट्यपूर्ण पद्धतीमुळे हॉलिवूडमधील प्रथितयश नट-नट्याही तिच्या ग्राहक बनल्या. बीव्हर्ली हिल्स् व ब्रेन्टवूड येथे तिची सलून आहेत. जगातील मोठ्या डिपार्टमेंटल स्टोअर्समध्येही तिची भुवया कोरण्यासाठीची सलून्स आहेत. तिने भुवयांसाठी व प्रसाधनांसाठी स्वत: उत्पादने तयार केली व विकली.

ॲनास्टाशिया ब्राइटर होरायझन फाऊंडेशन

www.anastasiafoundation.org

अनाथलयातून आलेल्या तरुण उद्योजकांना, सौंदर्यप्रसाधने व त्वचेची निगा राखण्याच्या प्रसाधनात ॲनास्टाशिया **ब्राइटर होरायझन फाऊंडेशन**च्या माध्यमातून उद्योग करण्यासाठी शिष्यवृत्ती दिली जाते. सौंदर्य प्रसाधनांच्या शिक्षणासाठी अर्थसहाय्य दिले जाते. प्रशिक्षणासाठी, नोकरी मिळविण्यासाठी मदत दिली जाते. त्यांनी स्वावलंबी व्हावे व त्यांचे भविष्य उज्जवल व्हावे हे उद्दिष्ट आहे.

'नायक'मध्ये सहभागी झालेल्यांविषयी आणखी माहिती मिळवा

लेन बीचले

Beneath the Waves
बिनीथ द वेव्हज्
स्वत:वरील आत्मविश्वासाच्या शक्तीविषयीचे लेन बीचलेचे स्वानुभव.
प्रकाशक : रँडम हाऊस ऑस्ट्रेलिया, २००९

पीटर बरवॉश

Becoming the Master of Your D-A-S-H
बिकमिंग द मास्टर ऑफ युवर डॅश
अनेक साधकांचे वैयक्तिक अनुभव, साक्षात्कार, सूज्ञ मार्गदर्शन. वर्तमान व भूतकाळ याविषयीची तसेच आपला जीवनप्रवास यशस्वी होण्यासाठी मूलभूत मार्गदर्शन.
प्रकाशक : टॉर्चलाइट पब्लिशिंग, २००७

Dear Teenager
डिअर टीनेजर
पीटर बरवॉश नुकत्याच तारुण्यात प्रवेश केलेल्यांना शारीरिक, मानसिक व अध्यात्मिक मार्गदर्शन करतो.
प्रकाशक : टॉर्चलाइट पब्लिशिंग, २००८

लेर्ड हॅमिल्टन

Force of Nature: Mind, Body, Soul, And, of Course, Surfing
फोर्स ऑफ नेचर : माइंड, बॉडी, सोल अ‍ॅन्ड ऑफ कोर्स, सर्फिंग
सर्व जगात मोठ्या लाटेवर सर्फिंग करण्यात उत्कृष्ट असणाऱ्या लेर्ड हॅमिल्टने वापरलेले त्याचे तत्त्वज्ञान या पुस्तकात सांगितले आहे.

प्रकाशक : रोडेल बुक्स, २००८

मस्टिन किप

Daily Love

डेली लव्ह

प्रकाशक : हे हाऊस पब्लिशिंग, प्रथम आवृत्ती २०१४

लिझ मरे

Breaking Night: A Memoir of Forgiveness, Survival, and My Journey from Homeless to Harvard

ब्रेकिंग नाईट : ए मेमॉइर ऑफ फरगिव्हनेस, सर्व्हाव्हिल अॅन्ड माय जर्नी फ्रॉम होमलेस टू हार्वर्ड

लिझ मरेच्या रस्त्यावर राहण्यापासून हार्वर्ड विद्यापीठातून पदवी मिळेपर्यंतचा प्रवास याची प्रेरणादायक कथा यात आहे.

प्रकाशक : हायपेरीयॉन, २०१०

पॉल ऑरफेलिया

Copy This!: Lessons from a Hyperactive Dyslexic who Turned a Bright Idea into One of America's Best Companies

कॉपी धिस : लेसन्स फ्रॉम ए हायपरअॅक्टीव डायलेक्सिक हू टर्नड् ए ब्राइट आयडिया इनटू वन ऑफ अमेरिका'ज् बेस्ट कंपनीज्

पॉल ऑरफेलियाची, कसेबसे लिहिता वाचता येणाऱ्या धडपड्या लहान मुलापासून त्याने किंकोची उभारणी कशी केली व १.५ कोटी डॉलर्सचे साम्राज्य कसे उभारले याची कथा.

प्रकाशक : वर्कमन पब्लिशिंग कं. इन्कॉर्पोरेशन, न्यूयॉर्क,

© द ऑरफेलिया फॅमिली फाऊंडेशन, २००५

www.thesecret.tv